国家外语非通用语种本科人才培养基地教材

XINBIAN TAIGUOYU
KOUYU JIAOCHENG

新编泰国语
口语教程

【上册】

主　编：游辉彩
巴倪迪・坤萨翁（ปณิธิ หุ่นแสวง）
副主编：覃秀红
编写者：游辉彩　覃秀红　黎春晓　全莉　黄钰惠
巴倪迪・坤萨翁（ปณิธิ หุ่นแสวง）
甘乍娜・本纳（กาญจนา บุนนาค）
亚帕・柳乍仁猜（ยาภา ลิ่วเจริญชัย）

广西教育出版社
南宁

图书在版编目（CIP）数据

新编泰国语口语教程：全 2 册 / 游辉彩，巴倪迪·坤萨翁主编. —南宁：广西教育出版社，2015.2（2024.8 重印）
ISBN 978-7-5435-7850-0

Ⅰ.①新… Ⅱ.①游…②巴… Ⅲ.①泰语—口语—教材 Ⅳ.① H412.94

中国版本图书馆 CIP 数据核字（2014）第 307687 号

策划编辑：孙 梅
组稿编辑：孙 梅 陈文华
责任编辑：陈文华 孙 梅 朱 滔 钟秋兰
特约校对：宋志寿 余 佳
封面设计：瑛 子
泰语朗读：陈海光（泰） 秋 珊（泰） 李其宗（泰）
中文朗读：黄胜冰

出 版 人：石立民
出版发行：广西教育出版社
地　　址：广西南宁市鲤湾路 8 号　　邮政编码：530022
电　　话：0771-5865797
本社网址：http://www.gxeph.com
电子信箱：gxeph@vip.163.com
印　　刷：广西桂川民族印刷有限公司
开　　本：890mm×1240mm　1/32
印　　张：16.625
字　　数：435 千字
版　　次：2015 年 2 月第 1 版
印　　次：2024 年 8 月第 6 次印刷
书　　号：ISBN 978-7-5435-7850-0
定　　价：48.00 元（上、下两册）

如发现印装质量问题，影响阅读，请与出版社联系调换。

前 言

泰国地处东南亚，是东盟成员国中的重要一员。泰国与中国建立外交关系近50年。随着中国的改革开放、中国—东盟自贸区的建立以及每年一届的中国—东盟博览会永久落户南宁，中泰两国在政治、经济、科技、文化、教育等领域的交流不断扩大与深入，泰语教学在中国取得了长足的进步，同时也面临着新的挑战与机遇。

为了促进泰语教学的发展，满足广大学生以及自学者学习泰语的需要，我们编写了这套《新编泰国语口语教程》。本教程适合做大学本科、专科院校的口语教材，也适合做社会办学以及泰语自学者的教材。本教程分为上下两册，上册语音部分有10课，口语部分有14课。下册为口语部分，有16课。口语内容总计30课，分别为：问候与辞别、介绍、问询、接待与会见、数字与度量、时间与空间、通讯与邮政、天气、购物、饮食、租房与入住酒店、家庭、生活、节日、学校、体育、旅游、交通、娱乐、美容、健康、情感表达、工作、网络、商务谈判、商品展销、金融与保险、出入境检查及海关、应急处理等。口语部分的每一课由九个模块组成：基本句型、常用句子、情景对话、词汇表、注释、补充词汇、句型拓展、练习、常识。其中"基本句型"为课文主题内容中出现的常用句式，一般由词语或短语组成；"常用句子"是与主题内容相关的句子；"情景对话"共设四个对话，对话发生场景分中国与泰国，内容力求丰富且贴近现实；"词汇表"为课文中出现的生词；"注释"部分针对课文核心内容中出现的主要词汇的语法功能与使用方法进行解释；"补充词汇"为与课文相关的其他词汇；"句型拓展"是课文中未出现但与课文内容相关的句型；"练习"是对课文内容进行训练；"常识"是跟主题内容相关的泰国政治、经济、科技、社会、文化等方面的知识。每册后面附有各课练习的参考答案。

本书上册的语音部分让学习者掌握泰语语音的主要发音方法、区分发音中的重点难点，通过语音练习强化发音要领，为泰语学习打下扎实的基础。口语部分的14课对话课文内容则通过56个情景对话，让学习者初步掌握现实生活与工作中常用的语言表达，有效提高泰语的口语表达能力。下册的16课口语教程，在内容上突出与社会、工作、商务、经济等相关的题材，让学习者通过64个场景对话来进一步掌握与各方面题材相关的泰语口语表达，多角度提升泰语口语表达能力。教程的编写力求在内容上丰富多彩，贴近现实生活；在语言上准确地道，通俗易懂；在学习方法上循序渐进，由易到难。

本教程应广西教育出版社的邀约，由"国家外语非通用语种本科人才培养基地"——广西民族大学东南亚语言文化学院的泰语教师与泰国朱拉隆功大学诗琳通泰语学院教师合作编写。双方任务各半，并且互相把关。这种形式的合作，在以往的同类书出版中是不多见的。它的优势在于内容更丰富，语言更地道，更适合合作双方的两国读者使用。在编写本教程一年多的时间里，三方齐心协力，针对教材编写不断提出修改意见，确保语言的准确、通俗与地道，使教程具有新颖性、实用性和权威性。

编写分工：泰方编写30课会话课文的"基本句型"与"常用句子"部分，同时对整本教程进行了修改与审校；中方黎春晓编写语音1—10课，游辉彩编写口语1—5课，全莉编写口语6—15课，黄钰惠编写口语16—25课，覃秀红编写口语26—30课。

由于本教程是中泰两国教师合作编写的，参与编写的人数多，编写时间长，尽管各方已尽心尽力，但难免还会出现错漏，祈望各位专家、广大读者不吝赐教。

编者
2024年

目 录

一、语音部分

บทที่ ๑ ระบบเสียงภาษาไทย อักษรกลาง สระเดี่ยว(๑)

第一课 语音简述 中辅音 单元音（一）

1. 泰语语音简述

    泰语是拼音文字，音节由辅音、元音和声调组成。泰语有42个辅音，分为中辅音、高辅音和低辅音；有30个元音，分为单元音、复合元音和特殊元音；有5个声调，但只有4个声调符号（字母及声调符号书写见附录）。

    要想学好语音，有必要先了解发音器官的部位及其名称。泰语发音器官如图所示：

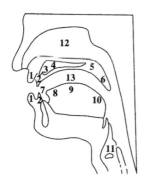

1. 唇（上唇、下唇）	2. 齿（上齿、下齿）
3. 齿龈	4. 硬腭
5. 软腭	6. 小舌
7. 舌尖	8. 舌叶
9. 舌面	10. 舌根
11. 声带	12. 鼻腔
13. 口腔	

🎧 2. 泰语的中辅音

辅音的概念

    发音时气流受到阻碍形成的音叫作辅音。清辅音发音时声带不振动，浊辅音发音时声带振动。

注意：

由于辅音发音不响亮，为了使学习者听得清楚，发音时习惯与元音อ拼合，使其响亮容易分辨。

泰语的中辅音字母

泰语的中辅音共有9个字母，7个音，分别是：ก จ ด ฎ ต ฏ บ ป อ

其中，ด和ฎ，ต和ฏ发音相同。

中辅音字母读第一声调。

ก /k/ 的发音方法

（1）名称：舌根软腭不送气清塞音。

（2）发音方法：舌根隆起与软腭接触形成阻碍，然后气流冲破阻碍成音。

（3）发音练习：ก　　ก　　ก

จ /c/ 的发音方法

（1）名称：舌面硬腭不送气清塞音。

（2）发音方法：舌尖抵下齿背，舌面隆起与硬腭接触形成阻碍，然后气流冲破阻碍成音。

（3）发音练习：จ　　จ　　จ

ด ฎ /d/ 的发音方法

（1）名称：舌尖齿龈不送气浊塞音。

（2）发音方法：舌尖顶住上齿龈形成阻碍，然后气流冲破阻碍成音。发音时声带振动。

（3）发音练习：ด　　ด　　ด　　ฎ　　ฎ　　ฎ

ต ฏ /t/ 的发音方法

（1）名称：舌尖齿龈不送气清塞音。

（2）发音方法：舌尖顶住上齿龈形成阻碍，然后气流冲破阻碍成音。发音时声带不振动。

（3）发音练习：ต　　ต　　ต　　ฏ　　ฏ　　ฏ

บ /b/ 的发音方法

（1）名称：双唇不送气浊塞音。

（2）发音方法：双唇闭合形成阻碍，然后气流冲破阻碍成音。发音时声带振动。

（3）发音练习：บ　　บ　　บ

ป /p/ 的发音方法

（1）名称：双唇不送气清塞音。

（2）发音方法：双唇闭合形成阻碍，然后突然张口，气流冲破阻碍成音。发音时声带不振动。

（3）发音练习：ป　　ป　　ป

อ /ʔ/ 的发音方法

（1）名称：声门（舌根喉壁）不送气清塞音。

（2）发音方法：声门闭合形成阻碍，气流冲破阻碍成音。

（3）发音练习：อ　　อ　　อ

3. 泰语的单元音

元音的概念

元音是指所发的音响亮，声带振动，气流在口腔通过时基本上不受阻碍的音。

泰语单元音字母

泰语共有18个单元音，这18个单元音实际上发9组音，分为短元音和长元音。本课先学习以下8个单元音：◌ะ ◌า ◌ิ ◌ี ◌ึ ◌ื ◌ุ ◌ู

注意：

◌代表辅音的位置。

短元音◌ะ /a/ 的发音方法

（1）口形：展唇。

（2）发音方法：舌身平放，稍后缩，舌尖不接触下齿，口张大。

（3）声调：读第二声调。

（4）发音练习（由于中辅音 อ 与元音相拼合时就发元音本身的音，因此发音练习以中辅音 อ 为例）：อะ　อะ　อะ

长元音 า /a:/ 的发音方法

（1）口形：展唇。

（2）发音方法：与 ะ 一样，但它是长音，音长约为 ะ 的两倍。

（3）声调：读第一声调。

（4）发音练习：อา　อา　อา

短元音 ิ /i/ 的发音方法

（1）口形：展唇。

（2）发音方法：舌尖接触下齿，舌面向硬腭抬起，上下齿近乎闭合。

（3）声调：读第二声调。

（4）发音练习：อิ　อิ　อิ

长元音 ี /i:/ 的发音方法

（1）口形：展唇。

（2）发音方法：与 ิ 一样，但它是长音，音长约为 ิ 的两倍。

（3）声调：读第一声调。

（4）发音练习：อี　อี　อี

短元音 ึ /ɯ/ 的发音方法

（1）口形：展唇。

（2）发音方法：舌身后缩，舌面向软腭抬起，上下齿稍微张开。

（3）声调：读第二声调。

（4）发音练习：อึ　อึ　อึ

长元音 ื /ɯ:/ 的发音方法

（1）口形：展唇。

（2）发音方法：与 ึ 一样，但它是长音，音长约为 ึ 的两倍。

（3）声调：读第一声调。

（4）发音练习：อือ　อือ　อือ

注意：

书写元音◌ื与辅音拼合并且后面没有尾辅音时要在后面加上อ，即变成◌ือ 的形式。

短元音◌ุ /u/ 的发音方法

（1）口形：圆唇。
（2）发音方法：舌身后缩，舌后抬高，双唇收圆、收小。
（3）声调：读第二声调。
（4）发音练习：อุ　　อุ　　อุ

长元音◌ู /uː/ 的发音方法

（1）口形：圆唇。
（2）发音方法：与◌ุ一样，但它是长音，音长约为◌ุ的两倍。
（3）声调：读第一声调。
（4）发音练习：อู　　อู　　อู

4. 泰语中辅音和单元音的拼音

中辅音+单元音（一）的拼音表

在不加声调符号的情况下，中辅音与短元音的拼音读第二声调，中辅音与长元音的拼音读第一声调。拼音表如下：

元音 / 辅音	◌ะ	◌า	◌ิ	◌ี	◌ึ	◌ื	◌ุ	◌ู
ก	กะ	กา	กิ	กี	กึ	กือ	กุ	กู
จ	จะ	จา	จิ	จี	จึ	จือ	จุ	จู
ด	ดะ	ดา	ดิ	ดี	ดึ	ดือ	ดุ	ดู
ต	ตะ	ตา	ติ	ตี	ตึ	ตือ	ตุ	ตู
บ	บะ	บา	บิ	บี	บึ	บือ	บุ	บู
ป	ปะ	ปา	ปิ	ปี	ปึ	ปือ	ปุ	ปู
อ	อะ	อา	อิ	อี	อึ	อือ	อุ	อู

5. 单词练习

①短元音组

กะ 和；打算　　ดุ 凶　　ติ 责备　　จะ 将要
กะปะ 蝮蛇　　กะปิ 虾酱　　กุกะ 不平　　ปุปะ 补丁

②长元音组

กา 壶　　ดี 好　　ดู 看　　ตา 眼睛；外公
ตี 打　　ปา 掷　　ปี 年　　ปู 螃蟹
อา 叔叔　　กากี 卡其色　　ฎีกา 上诉　　ดูดี 好看
ตาดี 眼尖　　อีกา 乌鸦

③长短元音混合组

ตะปู 钉子　　ตีดะ 乱打一通　　บิดา 父亲

บทที่ ๒　สระเดี่ยว(๒) วรรณยุกต์
第二课　单元音（二）声调

1. 泰语的单元音（二）

泰语共有18个单元音，这18个单元音实际上发9组音，分为短元音和长元音。第一课已经学习了8个单元音（一），本课接着学习余下的 10个单元音（二）：โ◌ะ　โ◌　เ◌าะ　◌อ　เ◌อะ　เ◌อ　เ◌ะ　เ◌　แ◌ะ　แ◌

短元音โ◌ะ /o/ 的发音方法

（1）口形：圆唇。

（2）发音方法：舌身后缩抬高，舌尖不接触下齿，双唇收圆稍向前突出。

（3）声调：读第二声调。

（4）发音练习：โอะ　　โอะ　　โอะ

长元音โ◌/oː/ 的发音方法

（1）口形：圆唇。

（2）发音方法：与โ◌ะ一样，但它是长音，音长约为โ◌ะ的两倍。

（3）声调：读第一声调。

（4）发音练习：โอ　　โอ　　โอ

短元音เ◌าะ /ɔ /的发音方法

（1）口形：圆唇。

（2）发音方法：舌身后缩抬高，舌尖不接触下齿，双唇收圆不向前突出，口形比โ◌ะ大。

（3）声调：读第二声调。

（4）发音练习：เอาะ　　เอาะ　　เอาะ

长元音◌อ /ɔː/的发音方法

（1）口形：圆唇。

（2）发音方法：与เ◌าะ 一样，但它是长音，音长约为เ◌าะ 的两倍。

（3）声调：读第一声调。

（4）发音练习：ออ　　ออ　　ออ

短元音เ◌อะ /ə/ 的发音方法

（1）口形：展唇。

（2）发音方法：舌身自然平放，舌中部稍抬高，牙床近乎半合。与◌ึ 发音相似，但口形比◌ึ大。

（3）声调：读第二声调。

（4）发音练习：เออะ　　เออะ　　เออะ

长元音เ◌อ /ə:/ 的发音方法

（1）口形：展唇。

（2）发音方法：与เ◌อะ 一样，但它是长音，音长约为เ◌อะ的两倍。

（3）声调：读第一声调。

（4）发音练习：เออ　　เออ　　เออ

短元音เ◌ะ /e/ 的发音方法

（1）口形：展唇。

（2）发音方法：舌尖抵下齿背，舌面稍抬起，牙床近乎半合。

（3）声调：读第二声调。

（4）发音练习：เอะ　　เอะ　　เอะ

长元音เ◌ /e:/ 的发音方法

（1）口形：展唇。

（2）发音方法：与เ◌ะ一样，但它是长音，音长约为เ◌ะ的两倍。

（3）声调：读第一声调。

（4）发音练习：เอ　　เอ　　เอ

短元音แ◌ะ /æ/ 的发音方法

（1）口形：展唇。

（2）发音方法：舌尖抵下齿背，舌面稍抬起，开口度比较大。
（3）声调：读第二声调。
（4）发音练习：แอะ　　แอะ　　แอะ

长元音แ◌ /æ:/ 的发音方法

（1）口形：展唇。
（2）发音方法：与แ◌ะ 一样，但它是长音，音长约为แ◌ะ 的两倍。
（3）声调：读第一声调。
（4）发音练习：แอ　　แอ　　แอ

泰语单元音的舌位和唇形表

我们还可以通过以下的表格来记住泰语的18个单元音的舌位和唇形，使自己的发音更加准确。

舌位的高低	舌位的前后及唇形的圆展（不圆）		
	前	中	舌后
	展（不圆）	展（不圆）	圆
高	◌ิ ◌ี	◌ึ ◌ื	◌ุ ◌ู
中高	เ◌ะ เ◌	เ◌อะ เ◌อ	โ◌ะ โ◌
中低	แ◌ะ แ◌		เ◌าะ ◌อ
低		◌ะ ◌า	

2. 泰语中辅音和单元音（二）的拼音

中辅音+单元音（二）的拼音表

在不加声调符号的情况下，中辅音与短元音的拼音读第二声调，中辅音与长元音的拼音读第一声调。拼音表如下：

元音 辅音	โ◌ะ	โ◌	เ◌าะ	◌อ	เ◌อะ	เ◌อ	เ◌ะ	เ◌	แ◌ะ	แ◌
ก	โกะ	โก	เกาะ	กอ	เกอะ	เกอ	เกะ	เก	แกะ	แก
จ	โจะ	โจ	เจาะ	จอ	เจอะ	เจอ	เจะ	เจ	แจะ	แจ
ด	โดะ	โด	เดาะ	ดอ	เดอะ	เดอ	เดะ	เด	แดะ	แด
ต	โตะ	โต	เตาะ	ตอ	เตอะ	เตอ	เตะ	เต	แตะ	แต

续表

辅音＼元音	โ◌ะ	โ◌	เ◌าะ	◌อ	เ◌อะ	เ◌อ	เ◌ะ	เ◌	แ◌ะ	แ◌
บ	โบะ	โบ	เบาะ	บอ	เบอะ	เบอ	เบะ	เบ	แบะ	แบ
ป	โปะ	โป	เปาะ	ปอ	เปอะ	เปอ	เปะ	เป	แปะ	แป
อ	โอะ	โอ	เอาะ	ออ	เออะ	เออ	เอะ	เอ	แอะ	แอ

3. 单词拼读练习

①短元音组

เกาะ 岛　แกะ 绵羊　เจาะ 钻孔　เคาะ 敲

เตะ 踢　แตะ 碰　เบะ 撇嘴　เบาะ 垫子

เปะ 敷　โปะ 涂　เอะ 猜疑　เกะกะ 碍事

กะเปะกะปะ 乱七八糟　เตาะแตะ 踉跄　เบอะบะ 肥胖

②长元音组

แก 你，他，她　จอ 屏幕　เจอ 遇见　แจ 斋

ตอ 树墩　โต 大　แบ 摊开　โบ 蝴蝶结

ปอ 麻　แป 扁　เอ 咦（表示诧异）

เออ 哦（表示想起）　จอแจ 喧嚣　ตาโต 大眼睛　โปเก 劣，蹩脚

③长短元音混合组

เตะตา 显眼　แบเบาะ 婴儿

4. 泰语的声调

声调的概述

声调是指一个音节发音时具有区别意义的高低升降的变化形式。声调一般分为调值和调类两个方面。

调值，又称调形，指声调高低、升降、曲直的变化形式，也就是声调的实际读法。描写调值常用五度制声调表示法：把一条竖线四等分，得到五个点，自下而上定五度：1度是低音，2度是半低音，3度是中音，4度是半高音，5度是高音。

调类是声调的种类，就是把调值相同的音节归纳在一起所建立的类。在同一种语言中，有几种基本调值就可以归纳成几种调类。

泰语的声调描述表

声调	调号	调值	调类	与汉语比较
第一声调	无调号	33	中平调	阴平
第二声调	◌่	32	中降调	上声
第三声调	◌้	51	高降调	去声
第四声调	◌๊	45	半高升调	无
第五声调	◌๋	25	半低升调	阳平

泰语声调符号的书写

声调符号标在辅音的右上角，如：ด่า โป๊ อู้。若辅音之上有元音时，声调符号则标在元音的右上角，如：อี๊ จี้。

中辅音声调拼读规律

中辅音与长元音拼读，共有五个声调，不标调号读第一声调，标◌่读第二声调，标◌้读第三声调，标◌๊读第四声调，标◌๋读第五声调。如：กา ก่า ก้า ก๊า ก๋า。

中辅音与短元音拼读，只有三个声调，不标调号读第二声调，标◌้读第三声调，标◌๊读第四声调。如：กะ ก้ะ ก๊ะ 。

中辅音+长元音+声调的拼音表

第一声调	第二声调	第三声调	第四声调	第五声调
（无声调符号）	◌่	◌้	◌๊	◌๋
อา	อ่า	อ้า	อ๊า	อ๋า
อี	อี่	อี้	อี๊	อี๋
อือ	อื่อ	อื้อ	อื๊อ	อื๋อ
อู	อู่	อู้	อู๊	อู๋
เอ	เอ่	เอ้	เอ๊	เอ๋

续表

第一声调	第二声调	第三声调	第四声调	第五声调
แอ โอ	แอ่ โอ่	แอ้ โอ้	แอ๊ โอ๊	แอ๋ โอ๋
ออ	อ่อ	อ้อ	อ๊อ	อ๋อ
เออ	เอ่อ	เอ้อ	เอ๊อ	เอ๋อ

中辅音+短元音+声调的拼音表

第二声调	第三声调	第四声调
（无声调符号）	◌้	◌๊
อะ	อ้ะ	อ๊ะ
อิ	อิ้	อิ๊
อึ	อึ้	อึ๊
อุ	อุ้	อุ๊
เอะ	เอ้ะ	เอ๊ะ
แอะ	แอ้ะ	แอ๊ะ
โอะ	โอ้ะ	โอ๊ะ
เอาะ	เอ้าะ	เอ๊าะ
เออะ	เอ้อะ	เอ๊อะ

*以上拼音表以中辅音อ为例，可分别用其他的中辅音代替อ反复练习拼读。

5. 单词拼读练习

①短元音组

โต๊ะ 桌子　　แป๊ะ 老伯　　ตุ๊ต๊ะ 胖乎乎

จ๊ะ 吧（敬语助词，用于疑问或祈求）

②长元音组

กี่ 几　　กู้ 挽救　　เก๊ 冒牌　　แก้ 改

ด่า 骂　　ต่อ 继续　　ตื๊อ 缠磨　　ตู้ 柜子
โต้ 争辩　　ปี่ 箫　　ปู่ 爷爷　　โป๊ 裸体
อ้า 张开　　อื้อ 耳鸣　　อู่ 船坞　　อู้ 二胡
โอ๋ 抚慰　　โก้เก๋ 华丽　　จู้จี้ 啰唆　　ดีแต่ 只会
ดู๋ดี๋ 不相上下　　ต่อตี 对打　　ตาแก่ 老头　　ตาตี่ 眼困
ตีป่า 乱打　　บ้าจี้ 一触痒即笑　　บ้าบอ 疯疯癫癫
ปูจ๋า 蒸蟹肉蛋　　อาตี๋ 阿弟　　โอ่อ่า 豪华

③长短元音混合组

จ๊ะเอ๋ 捉迷藏　　ดุด่า 责骂　　ตะกี้ 刚才　　ปะป๋า 爸爸
ปูโต๊ะ 铺桌子　　อีเต๊ะ（扑克牌的）K

6. 辨音练习

①分辨长元音和短元音

เกาะ 岛 — ก่อ 建立　แกะ 绵羊 — แก่ 老
จะ 将要 — จ่า 头目　จ้ะ 是（有礼貌的应答语）— จ้า（光线）强烈
เบาะ 垫子 — บ่อ 井

②分辨清辅音和浊辅音

ดี 好 — ตี 打　　ดื้อ 固执 — ตื้อ 迟钝　แด่ 给予 — แต่ 但是
บ่า 肩 — ป่า 树林　บ้า 疯狂 — ป้า 伯母　เบ้ 偏 — เป้（双肩）背包

บทที่ ๓ อักษรสูง สระประสม สระเกิน
第三课　高辅音　复合元音　特殊元音

1. 泰语的高辅音

泰语的高辅音字母

泰语的高辅音共有10个字母，7个音，分别是：ข ฉ ถ ฐ ผ ฝ ศ ษ ส ห

其中，ถ与 ฐ发音相同，ศ 与 ษ ส 发音相同。

高辅音字母读第五声调。

ข /kh/ 的发音方法

（1）名称：舌根软腭送气清塞音。

（2）发音方法：舌部抬起与软腭接触形成阻碍，然后气流冲破阻碍成音。发音部位与 ก相似，但发ข 时有较强气流送出。

（3）发音练习：ข　ข　ข

ฉ /ch/ 的发音方法

（1）名称：舌面硬腭送气清塞音。

（2）发音方法：舌面抬起与硬腭接触形成阻碍，然后气流冲破阻碍成音。发音部位与 จ相似，但发ฉ 时有较强气流送出。

（3）发音练习：ฉ　ฉ　ฉ

ถ ฐ /th/ 的发音方法

（1）名称：舌尖齿龈送气清塞音。

（2）发音方法：舌尖顶住上齿龈形成阻碍，然后气流冲破阻碍成音。发音部位与 ต相似，但发ถ 时有较强气流送出。

（3）发音练习：ถ　ถ　ถ　ฐ　ฐ　ฐ

ผ /ph/ 的发音方法

（1）名称：双唇送气清塞音。

（2）发音方法：双唇闭合形成阻碍，然后突然张口，气流冲破阻碍成音。发音部位与 ป相似，但发ผ 时有较强气流送出。

（3）发音练习：ผ ผ ผ

ฝ /f/ 的发音方法

（1）名称：唇齿不送气清擦音。

（2）发音方法：上齿轻触下唇，气流从唇齿空隙间摩擦而出成音。

（3）发音练习：ฝ ฝ ฝ

ศ ษ ส /s/ 的发音方法

（1）名称：舌尖不送气清擦音。

（2）发音方法：舌端抬起靠近上齿龈，气流从舌端和齿龈间摩擦而出成音。

（3）发音练习：ศ ศ ศ ษ ษ ษ ส ส ส

ห /h/ 的发音方法

（1）名称：声门不送气清擦音。

（2）发音方法：舌身后移，气流通过声门时摩擦发出此音。

（3）发音练习：ห ห ห

高辅音与单元音的声调拼读规律

高辅音与长元音拼读，有三个声调，不标调号读第五声调，标 ◌่ 读第二声调，标◌้读第三声调。如：หา ห่า ห้า

高辅音与短元音拼读，只有两个声调，不标调号读第二声调，标◌้读第三声调。如：ขะ ข้ะ

高辅音+长元音+声调的拼音表

第二声调	第三声调	第五声调
◌่	◌้	（不标调号）
ข่า	ข้า	ขา
ขี่	ขี้	ขี
ขื่อ	ขื้อ	ขือ

续表

第二声调	第三声调	第五声调
ขู่	ขู้	ขู
เข่	เข้	เข
แข่	แข้	แข
โข่	โข้	โข
ข่อ	ข้อ	ขอ
เข่อ	เข้อ	เขอ

高辅音+短元音+声调的拼音表

第二声调	第三声调
（不标调号）	◌้
ขะ	ข้ะ
ขิ	ขิ้
ขึ	ขึ้
ขุ	ขุ้
เขะ	เข้ะ
แขะ	แข้ะ
โขะ	โข้ะ
เขาะ	เข้าะ
เขอะ	เข้อะ

*以上拼音表以高辅音 ข 为例，可分别用其他的高辅音代替ข 反复练习拼读。

2. 单词拼读练习

①短元音组

เถอะ 吧（表示提议、请求） ผุ 蛀蚀 หึ 呵呵 เหาะ 腾空

เฉอะแฉะ 泥泞 เหะหะ 吵吵嚷嚷

②长元音组

ขอ 祈求 ข้อ 条款 ขา 腿 ข้า 仆人

ขี้ 屎	ขู่ 恐吓	ฉี่ 小便	ถ้า 假如
ถู 刷	ผี 鬼	ฝา 盖子	ฝ่า 掌
ฝ้า 斑点	ฝี 疮	สี 颜色	สี่ 四
สื่อ 媒介	สู่ 向	สู้ 斗争	หอ 馆
ห่อ 包裹	หา 找	ห่า 瘟疫	ห้า 五
หู 耳朵	เห่อ 皮疹	แห 渔网	แห่ 结队游行
ข้อหา 罪名	ขี้หู 耳垢	ฉู่ฉี่ 一种辣汤名	ถือสา 介意
สาขา 分支	สีสา 脾性	สูสี 势均力敌	สู่ขอ 求婚

3. 辨音练习

分辨送气音和不送气音

กี่ 几 — ขี่ 骑	ก่อ 生（火）— ข่อ灰烬
จุ（量）大 — ฉุ 虚胖	เจอะ 遇见 — เฉอะ（道路）烂污
ต่อ 继续 — ถ่อ 撑	ป่า 树林 — ผ่า 剖
ป้า 伯母 — ผ้า 布	ป๋า（口语）爸爸 — ผา 石崖

4. 泰语的复合元音

复合元音的概念

泰语的复合元音由两个元音音素结合而成，发音时舌位和口形由第一个元音向第二个元音滑动，第一个元音是主元音，发音响而长，第二个元音是次元音，发音弱而短。

泰语复合元音字母

泰语共有 6个复合元音，这6个复合元音共有3组音，分为短元音和长元音，但在泰语语音学上，一般把复合元音的长短音划为同一个音位。这6个复合元音分别是：เ◌ียะ เ◌ีย เ◌ือะ เ◌ือ ◌ัวะ ◌ัว

短元音เ◌ียะ /ia/ 的发音方法

（1）发音方法：口形由◌ิ 向◌ะ 滑动，发音短促。

（2）声调：读第二声调。

（3）发音练习：เอียะ　　เอียะ　　เอียะ

长元音เ◌ีย /ia:/ 的发音方法

（1）发音方法：口形由◌ี向◌า滑动，发音比เ◌ียะ长。

（2）声调：读第一声调。

（3）发音练习：เอีย　　เอีย　　เอีย

短元音เ◌ือะ /ɯa/ 的发音方法

（1）发音方法：口形由◌ื 向 ◌ะ 滑动，发音短促。

（2）声调：读第二声调。

（3）发音练习：เอือะ　　เอือะ　　เอือะ

长元音เ◌ือ /ɯa:/ 的发音方法

（1）发音方法：口形由◌ื向◌า滑动，发音比เ◌ือะ长。

（2）声调：读第一声调。

（3）发音练习：เอือ　　เอือ　　เอือ

短元音◌ัวะ /ua/ 的发音方法

（1）发音方法：口形由◌ุ向◌ะ滑动，发音短促。

（2）声调：读第二声调。

（3）发音练习：อัวะ　　อัวะ　　อัวะ

长元音◌ัว /ua:/ 的发音方法

（1）发音方法：口形由◌ู向◌า滑动，发音比◌ัวะ长。

（2）声调：读第一声调。

（3）发音练习：อัว　　อัว　　อัว

复合元音的拼读规律

复合元音的拼读规律与单元音的拼读规律一样：

中辅音与长复合元音拼读，共有五个声调，不标调号读第一声调，标◌่读第二声调，标◌้读第三声调，标◌๊读第四声调，标◌๋读第五声调。

中辅音与短复合元音拼读，只有三个声调，不标调号读第二声调，标◌้读第三声调，标◌๊读第四声调。

高辅音与长复合元音拼读，有三个声调，不标调号读第五声调，标◌่ 读第二声调，标◌้读第三声调。

高辅音与短复合元音拼读，只有两个声调，不标调号读第二声调，标◌้读第三声调。

中辅音+长复合元音เ◌ีย+声调的拼音表

第一声调	第二声调	第三声调	第四声调	第五声调
เกีย	เกี่ย	เกี้ย	เกี๊ย	เกี๋ย
เจีย	เจี่ย	เจี้ย	เจี๊ย	เจี๋ย
เดีย	เดี่ย	เดี้ย	เดี๊ย	เดี๋ย
เตีย	เตี่ย	เตี้ย	เตี๊ย	เตี๋ย
เบีย	เบี่ย	เบี้ย	เบี๊ย	เบี๋ย
เปีย	เปี่ย	เปี้ย	เปี๊ย	เปี๋ย
เอีย	เอี่ย	เอี้ย	เอี๊ย	เอี๋ย

中辅音+长复合元音เ◌ือ+声调的拼音表

第一声调	第二声调	第三声调	第四声调	第五声调
เกือ	เกื่อ	เกื้อ	เกื๊อ	เกื๋อ
เจือ	เจื่อ	เจื้อ	เจื๊อ	เจื๋อ
เดือ	เดื่อ	เดื้อ	เดื๊อ	เดื๋อ
เตือ	เตื่อ	เตื้อ	เตื๊อ	เตื๋อ
เบือ	เบื่อ	เบื้อ	เบื๊อ	เบื๋อ
เปือ	เปื่อ	เปื้อ	เปื๊อ	เปื๋อ
เอือ	เอื่อ	เอื้อ	เอื๊อ	เอื๋อ

中辅音+长复合元音 ◌ัว +声调的拼音表

第一声调	第二声调	第三声调	第四声调	第五声调
กัว	กั่ว	กั้ว	กั๊ว	กั๋ว
จัว	จั่ว	จั้ว	จั๊ว	จั๋ว
ดัว	ดั่ว	ดั้ว	ดั๊ว	ดั๋ว
ตัว	ตั่ว	ตั้ว	ตั๊ว	ตั๋ว
บัว	บั่ว	บั้ว	บั๊ว	บั๋ว
ปัว	ปั่ว	ปั้ว	ปั๊ว	ปั๋ว
อัว	อั่ว	อั้ว	อั๊ว	อั๋ว

高辅音+长复合元音 เ◌ีย +声调的拼音表

第二声调	第三声调	第五声调
เขี่ย	เขี้ย	เขีย
เฉี่ย	เฉี้ย	เฉีย
เถี่ย	เถี้ย	เถีย
เผี่ย	เผี้ย	เผีย
เฝี่ย	เฝี้ย	เฝีย
เสี่ย	เสี้ย	เสีย
เหี่ย	เหี้ย	เหีย

高辅音+长复合元音 เ◌ือ +声调的拼音表

第二声调	第三声调	第五声调
เขื่อ	เขื้อ	เขือ
เฉื่อ	เฉื้อ	เฉือ
เถื่อ	เถื้อ	เถือ
เผื่อ	เผื้อ	เผือ
เฝื่อ	เฝื้อ	เฝือ
เสื่อ	เสื้อ	เสือ
เหื่อ	เหื้อ	เหือ

高辅音+长复合元音◌ัว+声调的拼音表

第二声调	第三声调	第五声调
ขั่ว	ขั้ว	ขัว
ฉั่ว	ฉั้ว	ฉัว
ถั่ว	ถั้ว	ถัว
ผั่ว	ผั้ว	ผัว
ฝั่ว	ฝั้ว	ฝัว
สั่ว	สั้ว	สัว
หั่ว	หั้ว	หัว

*含有短复合元音的词在泰语的基本词汇中很少，因此，没有列出短复合元音的拼音表。

5. 单词拼读练习

①中辅音组

เกี๊ยะ 木屐　　เกื้อ 援助　　เดื่อ 无花果　　ตัว 身体

ตั๋ว 票　　เตี่ย 爹　　เตี้ย 矮　　บัว 莲

เบื่อ 厌烦　　เปีย 辫子　　เปี๊ยะ 月饼

②高辅音组

ขั้ว（地球的）极　　ถั่ว 豆　　เถือ 锯割　　ผัว 丈夫

เผื่อ 以防　　เสีย 坏　　เสี่ย 阔少　　เสือ 老虎

เสื่อ 席子　　เสื้อ 衣服　　หัว 头

6. 泰语的特殊元音

特殊元音的概念

泰语的特殊元音虽然在发音时舌位和口形有变化，类似复合元音，但由于其中含有辅音音素和半元音音素，不是纯复合元音，因此被称为特殊元音。特殊元音还有一个突出的特点：没有相互对应的长元音和短元音，发音相对短促。

泰语特殊元音字母

泰语有6个特殊元音，分别是：◌ำ ไ◌ ใ◌ เ◌า ฤ ฤๅ。其中，ไ◌ ใ◌的发音相同。

含有◌ำ ไ◌ ใ◌ เ◌า 的词在泰语的基本词汇中较常用，本课我们先学习这4个常用的特殊元音。ฤ 用得较少，在“特殊读法”一课再学习。ฤๅ 在现代泰语中已经不再使用。

◌ำ /am/ 的发音方法

（1）发音方法：口形由◌ะ 向/m/ 滑动，即口形由开到合，发音短促。

（2）声调：读第一声调。

（3）发音练习：อำ　　อำ　　อำ

ไ◌ ใ◌ /ai/ 的发音方法

（1）发音方法：口形由◌ะ 向◌ิ 滑动，发音短促。

（2）声调：读第一声调。

（3）发音练习：ไอ　　ไอ　　ไอ　　ใอ　　ใอ　　ใอ

เ◌า /au/ 的发音方法

（1）发音方法：口形由◌ะ 向◌ุ 滑动，发音短促。

（2）声调：读第一声调。

（3）发音练习：เอา　　เอา　　เอา

特殊元音的拼读规律

中辅音与特殊元音拼读，共有五个声调，不标调号读第一声调，标◌่读第二声调，标◌้读第三声调，标◌๊读第四声调，标◌๋读第五声调。

高辅音与特殊元音拼读，有三个声调，不标调号读第五声调，标◌่读第二声调，标◌้读第三声调。

中辅音+特殊元音 ◌ำ +声调的拼音表

第一声调	第二声调	第三声调	第四声调	第五声调
กำ	ก่ำ	ก้ำ	ก๊ำ	ก๋ำ
จำ	จ่ำ	จ้ำ	จ๊ำ	จ๋ำ
ดำ	ด่ำ	ด้ำ	ด๊ำ	ด๋ำ
ตำ	ต่ำ	ต้ำ	ต๊ำ	ต๋ำ
บำ	บ่ำ	บ้ำ	บ๊ำ	บ๋ำ
ปำ	ป่ำ	ป้ำ	ป๊ำ	ป๋ำ
อำ	อ่ำ	อ้ำ	อ๊ำ	อ๋ำ

中辅音+特殊元音 ไ◌ （ใ◌） +声调的拼音表

第一声调	第二声调	第三声调	第四声调	第五声调
ไก	ไก่	ไก้	ไก๊	ไก๋
ไจ	ไจ่	ไจ้	ไจ๊	ไจ๋
ได	ได่	ได้	ได๊	ได๋
ไต	ไต่	ไต้	ไต๊	ไต๋
ไบ	ไบ่	ไบ้	ไบ๊	ไบ๋
ไป	ไป่	ไป้	ไป๊	ไป๋
ไอ	ไอ่	ไอ้	ไอ๊	ไอ๋

中辅音+特殊元音 เ◌า +声调的拼音表

第一声调	第二声调	第三声调	第四声调	第五声调
เกา	เก่า	เก้า	เก๊า	เก๋า
เจา	เจ่า	เจ้า	เจ๊า	เจ๋า
เดา	เด่า	เด้า	เด๊า	เด๋า
เตา	เต่า	เต้า	เต๊า	เต๋า
เบา	เบ่า	เบ้า	เบ๊า	เบ๋า
เปา	เป่า	เป้า	เป๊า	เป๋า
เอา	เอ่า	เอ้า	เอ๊า	เอ๋า

高辅音+特殊元音◌ำ +声调的拼音表

第二声调	第三声调	第五声调
ข่ำ	ข้ำ	ขำ
ฉ่ำ	ฉ้ำ	ฉำ
ถ่ำ	ถ้ำ	ถำ
ผ่ำ	ผ้ำ	ผำ
ฝ่ำ	ฝ้ำ	ฝำ
ส่ำ	ส้ำ	สำ
ห่ำ	ห้ำ	หำ

高辅音+特殊元音 ไ◌（ใ◌）+声调的拼音表

第二声调	第三声调	第五声调
ไข่	ไข้	ไข
ไฉ่	ไฉ้	ไฉ
ไถ่	ไถ้	ไถ
ไผ่	ไผ้	ไผ
ไฝ่	ไฝ้	ไฝ
ไส่	ไส้	ไส
ไห่	ไห้	ไห

高辅音+特殊元音 เ◌า +声调的拼音表

第二声调	第三声调	第五声调
เข่า	เข้า	เขา
เฉ่า	เฉ้า	เฉา
เถ่า	เถ้า	เถา
เผ่า	เผ้า	เผา
เฝ่า	เฝ้า	เฝา
เส่า	เส้า	เสา
เห่า	เห้า	เหา

7. 单词拼读练习

①中辅音组

เกา 挠	เก่า 旧	เก้า 九	ไก่ 鸡
จำ 记住	เจ้า 君主	ใจ 心	ต่ำ 低
เต่า 龟	เต๋า 道教	ไต่ 爬	เบา 轻
ใบ้ 哑	เป่า 吹	เป้า 目标	อำ（梦）魇
ไอ 咳嗽	จำใจ 不得已	ใจดำ 黑心	ใจต่ำ 心地卑劣
ใจเบา 轻信	ต่ำใจ 灰心	ไต่เต้า 向上爬	เบาใจ 宽心

②高辅音组

ขำ 滑稽	เขา 他	เข่า 膝盖	เข้า 进入
ไข 开	ไข่ 蛋	ไข้ 发烧	เฉา 枯萎
ถ้ำ 洞	เถ้า 灰烬	ไถ 犁	ไถ่ 赎回
เผา 烧	เผ่า 族	ไผ่ 竹子	เฝ้า 守护
เสา 柱	ใส 清	ใส่ 穿，戴	ไส้ 肠子
เหา 头虱	เห่า（狗）吠	ให้ 给	ไห 缸
ขั้วใต้ 南极	เข้าเจ้า 神灵附身	เข้าถ้ำ 入洞	เข้าเฝ้า 觐见
ไข้ใจ 心病	เฝ้าไข้ 守护病人	ใส่เสื้อ 穿衣服	ไสหัว 滚蛋

8. 辨音练习

分辨清辅音和浊辅音

ดำ 黑 — ตำ 舂	เดา 猜 — เตา 炉
ใด 哪个 — ไต 肾	ใบ 叶子 — ไป 去
ได้ 得到 — ไต้ 火把 — ใต้ 南	

บทที่ ๔ อักษรต่ำ
第四课　低辅音

1.泰语的低辅音

　　泰语的低辅音共有23个字母，14个音。为了便于学习，我们把在高辅音里有相对应读音的低辅音叫作偶低辅音，在高辅音里没有相对应读音的低辅音叫作奇低辅音。所谓相对应的读音，指的是这些偶低辅音与高辅音发音方法相同，只是声调不同而已。

　　低辅音字母发第一声调。

🎧 2.泰语偶低辅音字母

　　偶低辅音有13个字母，7个音，分别是：ค ฆ ช ฌ ท ธ ฑ ฒ พ ภ ฟ ซ ฮ

　　其中，ค ฆ 发音相同，ช ฌ 发音相同，ท ธ ฑ ฒ 发音相同，พ ภ 发音相同。偶低辅音与高辅音读音相对应如下：

国际音标	/kh/	/ch/	/s/	/th/	/ph/	/f/	/h/
偶低辅音	ค ฆ	ช ฌ	ซ	ท ธ ฑ ฒ	พ ภ	ฟ	ฮ
高辅音	ข	ฉ	ษ ศ ส	ถ ฐ	ผ	ฝ	ห

　　ค ฆ /kh/ 的发音方法

（1）名称：舌根软腭送气清塞音。

（2）发音方法：与ข相同，但发第一声调。

（3）发音练习：ค　ค　ค　ฆ　ฆ　ฆ

　　ช ฌ /ch/ 的发音方法

（1）名称：舌面硬腭送气清塞音。

（2）发音方法：与ฉ相同，但发第一声调。

（3）发音练习：ช　ช　ช　ฌ　ฌ　ฌ

　　ซ /s/ 的发音方法

（1）名称：舌尖不送气清擦音。

（2）发音方法：与 ส相同，但发第一声调。

（3）发音练习：ซ　ซ　ซ

ท ธ ฑ ฒ /th/ 的发音方法

（1）名称：舌尖齿龈送气清塞音。

（2）发音方法：与 ถ相同，但发第一声调。

（3）发音练习：ท　ท　ท　ธ　ธ　ธ　ฑ　ฑ　ฑ　ฒ　ฒ　ฒ

พ ภ /ph/ 的发音方法

（1）名称：双唇送气清塞音。

（2）发音方法：与 ผ相同，但发第一声调。

（3）发音练习：พ　พ　พ　ภ　ภ　ภ

ฟ /f/ 的发音方法

（1）名称：唇齿不送气清擦音。

（2）发音方法：与 ฝ相同，但发第一声调。

（3）发音练习：ฟ　ฟ　ฟ

ฮ /h/ 的发音方法

（1）名称：声门不送气清擦音。

（2）发音方法：与 ห相同，但发第一声调。

（3）发音练习：ฮ　ฮ　ฮ

偶低辅音的声调拼读规律

偶低辅音与长元音/特殊元音拼读，有三个声调，不标调号读第一声调，标◌่读第三声调，标◌้读第四声调。如：คา ค่า ค้า

偶低辅音与短元音拼读，只有两个声调，不标调号读第四声调，标◌่读第三声调。如：คะ ค่ะ（在泰语基本词汇中，低辅音与短元音拼读有调号的词极少。）

偶低辅音+长元音/特殊元音+声调的拼音表

第一声调	第三声调	第四声调
（不标调号）	่	้
คา	ค่า	ค้า
คี	คี่	คี้
คือ	คื่อ	คื้อ
คู	คู่	คู้
เค	เค่	เค้
แค	แค่	แค้
โค	โค่	โค้
คอ	ค่อ	ค้อ
เคอ	เค่อ	เค้อ
เคีย	เคี่ย	เคี้ย
เคือ	เคื่อ	เคื้อ
คัว	คั่ว	คั้ว
คำ	ค่ำ	ค้ำ
ไค	ไค่	ไค้
เคา	เค่า	เค้า

偶低辅音+短元音+声调的拼音表

第三声调	第四声调
่	（不标调号）
ค่ะ	คะ
ค่ิ	คิ
คึ่	คึ
คุ่	คุ
เค่ะ	เคะ
แค่ะ	แคะ
โค่ะ	โคะ
เค่าะ	เคาะ
เค่อะ	เคอะ
เคี่ยะ	เคียะ
เคื่อะ	เคือะ
คั่วะ	คัวะ

*以上拼音表以偶低辅音ค为例，可分别用其他的偶低辅音代替ค反复练习拼读。

3. 单词拼读练习

①单音节词

คอ 脖子	คำ 单词	ค่ำ 傍晚	คือ 是
คู่ 双	เคาะ 敲	ฆ่า 杀	ชา 茶
ช้า 慢	ช้ำ 瘀伤	ชี 尼姑	ชี้ 指出
ชื่อ 名字	เช้า 早上	เชื่อ 相信	เชื้อ 菌，血统
แช่ 浸泡	ใช่ 是，对	ซ้ำ 重复	ซื่อ 老实
ซื้อ 买	แซ่ 姓	โซ่ 铁链	เฒ่า 年迈
ท้อ 桃子	ทำ 做	เท่ 漂亮，酷	เท่า 相等
แท้ 真正	เธอ 你，他，她	พอ 够	พ่อ 爸爸
พี่ 哥，姐	แพ้ 输	ไพ่ 纸牌	ฟ้า 天
ไฟ 火	เฮีย 兄		

②双音节词

ค่าเช่า 租金	ค่าไฟ 电费	ค้ำคอ 钳制	คู่ฟ้า 与天地并存
เคาะแคะ 献殷勤	ฆ่าเชื้อ 杀菌	ชี้ฟ้า 朝天	เช่าซื้อ 租购
เชื้อไฟ 火星	ซี้ซั้ว 乱来	ซื้อเชื่อ 赊购	เซ้าซี้ 纠缠
โซฟา 沙发	ท้อแท้ 沮丧	ท่าที 态度	ทำท่า 装样子
เท่าที่ 尽可能	เท้าคู้ 罗圈腿	พอใช้ 过得去	พ่อค้า 商人
พิธี 仪式	ภาคี 成员	ไฟฟ้า 电	เฮฮา 嘻嘻哈哈

4. 辨音练习

分辨长元音和短元音

คะ 敬语助词（女性用）— ค้า 买卖

ค่ะ 敬语助词（女性用）— ค่า 价值

คุ（口语）斥责—คู้ 驼（背）

ซิ 啊，呀（表示命令或请求）— ซี้ 死

เซาะ（水流）冲蚀 — ซ้อ 嫂子

5.泰语奇低辅音字母

奇低辅音有10个字母，7个音，分别是：ง น ณ ม ย ญ ร ล ฬ ว。

其中，น ณ 发音相同，ย ญ 发音相同，ล ฬ 发音相同。

ง /ŋ/ 的发音方法

（1）名称：舌根软腭不送气浊鼻音。

（2）发音方法：舌后部抬起与软腭接触，气流从鼻腔泻出，声带振动。

（3）发音练习：ง　　ง　　ง

น ณ /n/ 的发音方法

（1）名称：舌尖齿龈不送气浊鼻音。

（2）发音方法：舌尖与上齿龈接触形成阻碍，气流从鼻腔泻出，声带振动。

（3）发音练习：น　　น　　น　　ณ　　ณ　　ณ

ม /m/ 的发音方法

（1）名称：双唇不送气浊鼻音。

（2）发音方法：双唇闭合形成阻碍，气流从鼻腔泻出，声带振动。

（3）发音练习：ม　　ม　　ม

ย ญ /j/ 的发音方法

（1）名称：舌面半元音。

（2）发音方法：舌面中部向硬腭抬起形成很小的阻碍，气流从舌面和硬腭中摩擦而出，声带振动。

（3）发音练习：ย　　ย　　ย　　ญ　　ญ　　ญ

ร /r/ 的发音方法

（1）名称：舌尖不送气浊颤音（也叫弹舌音）。

（2）发音方法：舌尖接触上齿龈形成阻碍后迅速打开，再接触，再打开，让气流因舌尖的连续振动而成音。

（3）发音练习：ร　　ร　　ร

ล ฬ /l/ 的发音方法

（1）名称：舌尖不送气浊边音。

（2）发音方法：舌尖接触上齿龈形成阻碍，气流从舌的两边泻出，声带振动。

（3）发音练习：ล　　ล　　ล　　ฬ　　ฬ　　ฬ

ว /w/ 的发音方法

（1）名称：双唇半元音。

（2）发音方法：双唇收圆收小，气流从双唇摩擦而出，声带振动。

（3）发音练习：ว　　ว　　ว

奇低辅音的声调拼读规律

奇低辅音的拼读规律与偶低辅音的拼读规律一样：奇低辅音与长元音/特殊元音拼读，有三个声调，不标调号读第一声调，标◌่读第三声调，标◌้读第四声调。如：งา ง่า ง้า

奇低辅音与短元音拼读，只有两个声调，不标调号读第四声调，标◌่读第三声调。如：งะ ง่ะ

奇低辅音+长元音/特殊元音+声调的拼音表

第一声调（不标调号）	第三声调 ◌่	第四声调 ◌้
งา	ง่า	ง้า
งี	งี่	งี้
งือ	งื่อ	งื้อ
งู	งู่	งู้
เง	เง่	เง้
แง	แง่	แง้
โง	โง่	โง้
งอ	ง่อ	ง้อ
เงอ	เง่อ	เง้อ
เงีย	เงี่ย	เงี้ย
เงือ	เงื่อ	เงื้อ
งัว	งั่ว	งั้ว
งำ	ง่ำ	ง้ำ
ไง	ไง่	ไง้
เงา	เง่า	เง้า

奇低辅音+短元音+声调的拼音表

第三声调	第四声调
◌่	（不标调号）
ง่ะ	งะ
งิ่	งิ
งึ่	งึ
งุ่	งุ
เง่ะ	เงะ
แง่ะ	แงะ
โง่ะ	โงะ
เง่าะ	เงาะ
เง่อะ	เงอะ
เงี่ยะ	เงียะ
เงื่อะ	เงือะ
งั่วะ	งัวะ

*以上拼音表以奇低辅音 ง 为例，可分别用其他的奇低辅音代替ง 反复练习拼读。

泰语辅音的发音方法和发音部位表

我们学完了泰语辅音的42个字母（共有21个音位），可以通过以下的表格来记住它们的发音方法和发音部位，使自己的发音更准确。

发音方法		发音部位					
		唇	唇齿	舌尖齿龈	硬腭	软腭	声门
爆破音	清音不送气	ป		ต ฏ	จ	ก	อ
	清音送气	พ ภ ผ		ท ธ ฑ ถ ฐ ฒ	ช ฉ ฌ	ข ค ฆ	
	浊音	บ		ด ฎ			
擦音			ฟ ฝ	ซ ส ศ ษ			ห ฮ
鼻音		ม		น ณ		ง	
弹舌音					ร		
舌边音					ล ฬ		
半元音		ว			ย ญ		

🎧 6. 单词拼读练习

①单音节词

แงะ 撬开	โง่ 笨	ไง 怎样	นา 田
น้ำ 水	แนะ 指导	ใน 里	มา 来
ม้า 马	มี 有	มือ 手	เมา 醉
แม่ 妈妈	ย่า 祖母	ยำ 凉拌	เยอะ 多
แย่ 糟糕	รอ 等候	รั้ว 栅栏	รู้ 知道
เรอ 打嗝	เรา 我们	เรือ 船	เล่า 讲述
เลีย 舔	และ 和	ไล่ 驱赶	วัว 黄牛

②双音节词

งอแง 撒娇	เงอะงะ 傻乎乎	โง่เง่า 愚蠢	นานา 各种各样
น้ำเน่า 污水	เนื้อที่ 面积	แนะนำ 介绍	มะระ 苦瓜
มะลิ 茉莉	มัวเมา 沉迷	มาม่า 方便面	ม้าน้ำ 海马
มื้อเช้า 早餐	เมาเรือ 晕船	เมื่อไร 什么时候	ไม่รู้ 不知道
ไม้เท้า 拐杖	ย่อท้อ 灰心	ยั่วเย้า 戏弄	ยาชา 麻醉药
เยซู 耶稣	เยอะแยะ 很多	โยคะ 瑜伽	ราคา 价格
ราชา 帝王	ร่ำลา 告别	รีรอ 迟疑	รู้เท่า 看穿
เรี่ยไร 募捐	ไร่นา 田地	ละเมอ 梦呓	ลำไย 龙眼
ล้ำค่า 无价的	ลือชื่อ 大名鼎鼎	เลอะเทอะ 肮脏	เละเทะ 稀烂
วิชา 学科	วิธี 方法	เวลา 时间	ไวไฟ 易燃

🎧 7. 辨音练习

分辨长元音和短元音

เงาะ 红毛丹 — ง้อ 央求　　　　เลาะ 剥落 — ล้อ 轮子

ล่ะ 呢，啦（表示强调）— ล่า 猎取

นะ 啊，啦（表示祈求、命令）— น้า 舅舅，小姨

บทที่ ๕ ตัวสะกด(๑)

第五课 尾辅音（一）清尾辅音

1.泰语的尾辅音

泰语中的辅音除放在音节的开头做首辅音外，还可以放在音节的末尾作尾辅音。泰语的尾辅音共有8个音位。为了便于学习，我们把泰语的尾辅音分为清尾辅音（ง น ม ย ว）和浊尾辅音（ก ด บ）。本课先学习清尾辅音。

泰语元音与尾辅音拼合后的书写变形

泰语的元音和尾辅音拼合后，一些元音的书写会发生变化，变化的规则如下表所示：

元音	尾辅音	变形	例词
◌ะ	ง น ม ย ก ด บ	◌ั/	ตัน
เ◌ะ	ง น ม ว ก ด บ	เ◌็/	เป็ด
แ◌ะ	ง น ม ว ก ด บ	แ◌็/	แข็ง
โ◌ะ	ง น ม ก ด บ	◌/	งง
เ◌าะ	ง น ม ก ด บ	◌็อ/	ช็อก
เ◌อ	ง น ม ก ด บ	เ◌ิ/	เดิน
	ย	เ◌ย	เลย
◌ัว	ง น ม ย ก ด บ	◌ว/	ด้วย

（在上表中，“◌”表示辅音，“/”表示尾辅音。）

2.泰语的清尾辅音

清尾辅音共5个音位，即以ง น ม ย ว 做尾辅音。

清尾辅音的声调拼读规律

中辅音+短/长元音+清尾辅音，有五个声调，不标调号读第一声调，标◌่读第二声调，标◌้读第三声调，标◌๊读第四声调，标◌๋读第五声调。如：กัง กั่ง กั้ง กั๊ง กั๋ง กาง ก่าง ก้าง ก๊าง ก๋าง

高辅音+短/长元音+清尾辅音，有三个声调，不标调号读第五声调，标◌่读第二声调，标◌้读第三声调。如：ขัง ขั่ง ขั้ง ขาง ข่าง ข้าง

低辅音+短/长元音+清尾辅音，有三个声调，不标调号读第一声调，标◌่ 读第三声调，标◌้读第四声调。如：คัง คั่ง คั้ง คาง ค่าง ค้าง

3. 清尾辅音的发音方法

清尾辅音 ง /ŋ/ 的发音方法

（1）名称：舌根鼻音清尾辅音。

（2）发音方法：发音时，舌根在元音送气结束时顶住软腭，让气流从鼻腔泄出，与英语的/ng/发音相似。

（3）与元音拼读练习表。

短元音	短元音+清尾辅音ง	长元音	长元音+清尾辅音ง
◌ะ	◌ัง	◌า	◌าง
◌ิ	◌ิง	◌ี	*
◌ึ	◌ึง	◌ื	*
◌ุ	◌ุง	◌ู	◌ูง
เ◌ะ	เ◌็ง	เ◌	เ◌ง
แ◌ะ	แ◌็ง	แ◌	แ◌ง
โ◌ะ	◌ง	โ◌	โ◌ง
เ◌าะ	◌็อง	◌อ	◌อง
เ◌อะ	*	เ◌อ	เ◌ิง
เ◌ียะ	*	เ◌ีย	เ◌ียง
เ◌ือะ	*	เ◌ือ	เ◌ือง
◌ัวะ	*	◌ัว	◌วง

（在上表中，*表示尾音ง与该元音不能拼合。）

（4）单词拼读练习。

① 短元音组

กุ้ง 虾	ขิง 姜	แข็ง 硬	งง 茫然
จึง 因此，才	ฉิ่ง 钹	ซึ้ง 感人	เซ็ง 无聊

ดั้ง 鼻梁	ถึง 到达	ถุง 袋子	ธง 旗
นั่ง 坐	นิ่ง 安静	ผง 粉末	ผึ้ง 蜜蜂
ฟัง 听	ยุง 蚊子	รุ้ง 彩虹	ลง 下，降
ลิง 猴子	ลุง 舅父，伯父	วัง 宫，宫殿	วิ่ง 跑
ส่ง 送	อึ้ง 惊愕		

②长元音组

ก้าง 鱼刺	แกง 汤	ของ 东西	แข่ง 比赛
คาง 下巴	โค้ง 弯，弯道	ฆ้อง 锣	งวง 象鼻
ง่วง 困倦，瞌睡	จ้าง 雇佣	เจ๊ง 破产，倒闭	เฉียง 斜，偏
ช่วง 期间	ช่อง 豁口，缝	ช้าง 大象	แช่ง 诅咒
แซง 超车	แดง 红	เตียง 床	เถียง 争辩
ท้อง 肚子	เที่ยง 中午	น้อง 弟，妹	บ่วง 圈套
แบ่ง 分，分发	ฝูง 群	แพง 贵	ม่วง 紫色
มอง 望	เมือง 城	โมง 点钟	เรื่อง 事情
แรง 力，力量	ล้าง 洗	เลี้ยง 养，请客	ว่าง 空
สอง 二	สูง 高	แห้ง 干枯	เฮง 幸运

清尾辅音 น /n/ 的发音方法

（1）名称：舌尖鼻音清尾辅音。

（2）发音方法：发音时，舌尖在元音送气结束时顶住齿龈，让气流从鼻腔泻出，与英语的/n/发音相似。

（3）与元音拼读练习表。

短元音	短元音+清尾辅音น	长元音	长元音+清尾辅音น
◌ะ	◌ัน	◌า	◌าน
◌ิ	◌ิน	◌ี	◌ีน
◌ึ	◌ึน	◌ื	◌ืน
◌ุ	◌ุน	◌ู	◌ูน
เ◌ะ	เ◌็น	เ◌	เ◌น

续表

短元音	短元音+清尾辅音น	长元音	长元音+清尾辅音น
แ◌ะ	แ◌็น	แ◌	แ◌น
โ◌ะ	◌น	โ◌	โ◌น
เ◌าะ	◌็อน	◌อ	◌อน
เ◌อะ	*	เ◌อ	เ◌ิน
เ◌ียะ	*	เ◌ีย	เ◌ียน
เ◌ือะ	*	เ◌ือ	เ◌ือน
◌ัวะ	*	◌ัว	◌วน

（在上表中，*表示尾音น与该元音不能拼合。）

（4）单词拼读练习。

①短元音组

กิน 吃　　ขน 毛　　ขึ้น 上　　คน 人
คัน 痒　　งั้น 那么　　จน 穷　　ตุ๋น 炖
บ่น 抱怨　　บิน 飞　　เป็น 是　　ฝน 雨
ฝัน 梦　　พัน 千　　มั่น 订婚　　ยิน 听到
เย็น 凉　　รุ่น 辈　　ลิ้น 舌头　　วัน 天
วุ้น 果冻　　สั้น 短　　หิน 石头　　เห็น 看见

②长元音组

ก่อน 先　　เขียน 写　　แขน 胳臂　　คืน 夜晚
เงิน 钱　　จาน 碟　　ชวน 邀请　　ช้อน 勺，匙
ชื้น 潮湿　　ด่วน 紧急　　เดิน 走　　เดือน 月
ตื่น 醒　　ถ่าน 炭　　เทียน 蜡烛　　นอน 睡
นาน 久　　บ้าน 家　　ปืน 枪　　ผ่าน 通过
เพื่อน 朋友　　แฟน 爱人，粉丝　　ยืน 站立　　ร้าน 店铺
เรียน 学习　　ล้าน 百万　　สวน 园子　　แสน 十万
อ้วน 胖　　อ่าน 读　　อื่น 别的

清尾辅音 ม /m/ 的发音方法

（1）名称：双唇鼻音清尾辅音。

（2）发音方法：发音时，双唇在元音送气结束时闭拢，让气流从鼻腔泻出，与英语的/m/发音相似。

（3）与元音拼读练习表。

短元音	短元音+清尾辅音ม	长元音	长元音+清尾辅音ม
◌ะ	◌ัม	◌า	◌าม
◌ิ	◌ิม	◌ี	◌ีม
◌ึ	◌ึม	◌ื	◌ืม
◌ุ	◌ุม	◌ู	◌ูม
เ◌ะ	เ◌็ม	เ◌	เ◌ม
แ◌ะ	แ◌็ม	แ◌	แ◌ม
โ◌ะ	◌ม	โ◌	โ◌ม
เ◌าะ	◌็อม	◌อ	◌อม
เ◌อะ	*	เ◌อ	เ◌ิม
เ◌ียะ	*	เ◌ีย	เ◌ียม
เ◌ือะ	*	เ◌ือ	เ◌ือม
◌ัวะ	*	◌ัว	◌วม

（在上表中，"*"表示尾音ม与该元音不能拼合。）

（4）单词拼读练习。

① 短元音组

ก้ม 弯腰	เข็ม 针	คุม 管理	เค็ม 咸
จิ้ม 蘸	ชม 观看	ชิม 尝	ซึม 渗透
ดุม 纽扣	เต็ม 满	ต้ม 煮	นม 奶
นิ่ม 软	ผม 头发，我	มุม 角落	ยิ้ม 微笑
ร่ม 雨伞	ลม 风	ส้ม 柑，橙	อิ่ม 饱

② 长元音组

เกม（game）游戏	แก้ม 脸颊	โคม 灯笼	งาม 美丽
โฉม 容貌	ชาม 碗	เชื่อม 连接	ซ่อม 修理
ดื่ม 喝	เติม 增加	ถาม 问	แถม 附加
ทีม（team）队	บวม 肿	ผอม 瘦	ยอม 甘愿
เยี่ยม 访问	ร่วม 参与	ล่าม 翻译	สาม 三
โสม 人参	หอม 香	ห้าม 禁止	แฮม（ham）火腿

清尾辅音 ย /j/ 的发音方法

（1）名称：硬腭半元音清尾辅音。

（2）发音方法：ย是半元音，具有元音◌ี的特点，它做尾辅音时，相当于与前一个元音构成复合元音，即前一个元音发音结束时滑到◌ี 的口形。

（3）与元音拼读练习表。

短元音	短元音+清尾辅音ย	长元音	长元音+清尾辅音ย
◌ะ	◌ัย	◌า	◌าย
◌ิ	*	◌ี	*
◌ึ	*	◌ื	*
◌ุ	◌ุย	◌ู	*
เ◌ะ	*	เ◌	*
แ◌ะ	*	แ◌	*
โ◌ะ	*	โ◌	โ◌ย
เ◌าะ	◌็อย	◌อ	◌อย
เ◌อะ	*	เ◌อ	เ◌ย
เ◌ียะ	*	เ◌ีย	*
เ◌ือะ	*	เ◌ือ	เ◌ือย
◌ัวะ	*	◌ัว	◌วย

（在上表中，*表示尾音ย与该元音不能拼合。）

（4）单词拼读练习。

①短元音组

กุ๋ย 刮脸皮羞人　　คุย 聊天　　งุย 晕眩　　ชัย 胜利

ชุ่ย 潦草　　　　ฉุย 吐痰

② 长元音组

ก้อย 小指　กาย 身体　โกย 拔，拢　ขาย 卖

เขย 婿　เคย 曾经　ง่าย 容易　เงย 抬头

จ๋อย 憔悴　ฉวย 攫取　ฉาย 放映　เฉย 不动，不理

เฉื่อย 消极　ช่วย 帮助　ชาย 男　เชย 土气

ซวย 倒霉　ซ้าย 左　ด้อย 逊色　โดย 通过，借助

ตาย 死　ถ้วย 杯　ถอย 后退　ถ่าย 拍摄

ทาย 猜　น้อย 少　เนย 奶油　บ๊วย 话梅

清尾辅音 ว /w/ 的发音方法

（1）名称：双唇半元音清尾辅音。

（2）发音方法：ว是半元音，具有元音◌ู 的特点，它作尾辅音时，相当于与前一个元音构成复合元音，即前一个元音发音结束时滑到◌ู 的口形。

（3）与元音拼读练习表。

短元音	短元音+清尾辅音ว	长元音	长元音+清尾辅音ว
◌ะ	(เ◌า)	◌า	◌าว
◌ิ	◌ิว	◌ี	*
◌ึ	*	◌ื	*
◌ุ	*	◌ู	*
เ◌ะ	เ◌็ว	เ◌	เ◌ว
แ◌ะ	แ◌็ว	แ◌	แ◌ว
โ◌ะ	*	โ◌	โ◌ว
เ◌าะ	*	◌อ	*
เ◌อะ	*	เ◌อ	*
เ◌ียะ	*	เ◌ีย	เ◌ียว
เ◌ือะ	*	เ◌ือ	*
◌ัวะ	*	◌ัว	*

（在上表中，*表示尾音ว与该元音不能拼合。）

（4）单词拼读练习。

①短元音组

คิว（queue）队列　　คิ้ว 眉　　　งิ้ว 戏剧　　ติว 补习

นิ้ว 手指　　　　ผิว 皮肤　　　เร็ว 快　　วิว（view）风景

สิว 粉刺，暗疮　　หิว 饿　　　ยิว（Jew）犹太人

②长元音组

กาว 胶水	ก้าว 脚步	เกี๊ยว 饺子	แก้ว 玻璃，水晶
ขาว 白	ข้าว 米	เขียว 绿	เคี้ยว 嚼
เจียว 油煎的	แจ๋ว 好	เฉียว 剧烈	ชาว 人
ดาว 星星	เดียว 独一	แถว 排，列	เที่ยว 玩，旅游
แนว 线路	แป๋ว 晶莹	แมว 猫	ยาว 长
เยี่ยว 小便	เลว 卑劣	เลี้ยว 拐弯	แล้ว 了
ว่าว 风筝	สาว 姑娘	เสียว 毛骨悚然	หาว 打哈欠
เหี่ยว 枯萎	แห้ว 荸荠	อ่าว 海湾	เอว 腰

บทที่ ๖ ตัวสะกด(๒)
第六课 尾辅音(二)浊尾辅音

1.泰语的浊尾辅音

泰语的尾辅音共有8个音位，第五课我们已经学习了5个清尾辅音，本课接着学习3个浊尾辅音。

浊尾辅音也叫塞音尾辅音，共有3个音位，即以 ก ด บ 做尾辅音。

🎧 2.浊尾辅音的声调拼读规律

中辅音+短/长元音+浊尾辅音，一般只有1个声调，即不标调号读第二声调。如：กัก กาก。在泰语基本词汇中，中辅音与元音和浊尾辅音拼读有调号的词极少，若有调号则按所标的调号读。

高辅音+短/长元音+浊尾辅音，一般只有1个声调，即不标调号读第二声调。如：ขัด ขาด。在泰语基本词汇中，高辅音与元音和浊尾辅音拼读有调号的词极少，若有调号则按所标的调号读。

低辅音+短元音+浊尾辅音，不标调号读第四声调，如：ลับ。低辅音+长元音+浊尾辅音，不标调号读第三声调，如：ลาบ。在泰语基本词汇中，低辅音与元音和浊尾辅音拼读有调号的词极少。

浊尾辅音 ก /k/ 的发音方法

（1）名称：舌根塞音浊尾辅音。

（2）发音方法：发音时，舌根与软腭接触形成阻碍，气流被堵在阻碍内形成塞音。

（3）与元音拼读练习表。

短元音	短元音+清尾辅音ก	长元音	长元音+清尾辅音ก
◌ะ	◌ัก	◌า	◌าก
◌ิ	◌ิก	◌ี	◌ีก
◌ึ	◌ึก	◌ื	*

续表

短元音	短元音+清尾辅音ก	长元音	长元音+清尾辅音ก
◌ุ	◌ุก	◌ู	◌ูก
เ◌ะ	เ◌็ก	เ◌	เ◌ก
แ◌ะ	แ◌็ก	แ◌	แ◌ก
โ◌ะ	◌ก	โ◌	โ◌ก
เ◌าะ	*	◌อ	◌อก
เ◌อะ	*	เ◌อ	เ◌ิก
เ◌ียะ	*	เ◌ีย	เ◌ียก
เ◌ือะ	*	เ◌ือ	เ◌ือก
◌ัวะ	*	◌ัว	◌วก

（在上表中，*表示尾音ก与该元音不能拼合。）

（4）单词拼读练习

①短元音组

กัก 扣押　　คุก 监狱　　งก 贪婪　　จุก 髻
ซัก 洗　　ดึก 深夜　　เด็ก 儿童　　ตก 落
ทุก 每　　นก 鸟　　นึก 思考　　ผัก 青菜
ฝึก 练习　　มุก 珍珠　　ยก 举　　รัก 爱
เล็ก 小　　วิก（wig）假发　　สุก 熟　　หก 六

②长元音组

ก๊อก（cock）水龙头　　แขก 客人　　เค้ก（cake）蛋糕　　งอก 发芽
เงือก 美人鱼　　จาก 分离　　โจ๊ก 粥　　ฉีก 撕
เชือก 绳子　　ตาก 晒　　แตก 破裂　　ถูก 正确
บวก 加　　บอก 告诉　　ปาก 嘴　　ปีก 翅膀
เปียก 湿　　ผูก 捆，绑　　ฝาก 委托　　เฝือก 夹板
พวก 们　　ฟอก 漂白　　ฟูก 床垫　　มาก 多
มูก 鼻涕　　ยาก 难　　แรก 第一　　เลิก 停止
แลก 兑换　　โลก 地球　　อ้วก 呕吐　　อีก 又

浊尾辅音 ด /t/ 的发音方法

（1）名称：舌尖塞音浊尾辅音。

（2）发音方法：发音时，舌尖抵住上齿龈形成阻碍，气流被堵在阻碍内形成塞音。

（3）与元音拼读练习表。

短元音	短元音+清尾辅音ด	长元音	长元音+清尾辅音ด
◌ะ	◌ัด	◌า	◌าด
◌ิ	◌ิด	◌ี	◌ีด
◌ึ	◌ึด	◌ื	◌ืด
◌ุ	◌ุด	◌ู	◌ูด
เ◌ะ	เ◌็ด	เ◌	เ◌ด
แ◌ะ	แ◌็ด	แ◌	แ◌ด
โ◌ะ	◌ด	โ◌	โ◌ด
เ◌าะ	*	◌อ	◌อด
เ◌อะ	*	เ◌อ	เ◌ิด
เ◌ียะ	*	เ◌ีย	เ◌ียด
เ◌ือะ	*	เ◌ือ	เ◌ือด
◌ัวะ	*	◌ัว	◌วด

（在上表中，*表示尾音ด与该元音不能拼合。）

（4）单词拼读练习。

①短元音组

กด 按，压	กัด 咬	ขุด 挖	คิด 想
งด 暂停	ฉุด 拉	ชิด 紧挨	เช็ด 擦，拭
ตัด 剪	ติด 黏	นัด 约定	ปิด 关
เป็ด 鸭子	พัด 扇子	ผิด 错	มด 蚂蚁
วัด 寺庙	สด 新鲜	เห็ด 蘑菇	

②长元音组

เกิด 出生	ขวด 瓶子	ขาด 破	เคียด 愤恨

โค้ด（code）密码	งวด 期，批	จอด 停泊	เจียด 抽出
แดด 日光	โดด 跳	ถอด 脱	นวด 按摩
บอด 盲	บูด 馊	ปวด 痛	เปิด 开
แปด 八	แฝด 成对的	พูด 说	มีด 刀
มืด 天黑	ยอด 顶	รีด 熨烫	แรด 犀牛
เลือด 血	วาด 绘画	สวด 念经	โสด 单身
หาด 海滩	เหือด 风疹	อวด 炫耀	อ๊อด 蝌蚪

浊尾辅音 บ /p/ 的发音方法

（1）名称：双唇塞音浊尾辅音。

（2）发音方法：发音时，双唇闭拢形成阻碍，气流被堵在阻碍内形成塞音。

（3）与元音拼读练习表。

短元音	短元音+清尾辅音บ	长元音	长元音+清尾辅音บ
○ะ	○ับ	○า	○าบ
○ิ	○ิบ	○ี	○ีบ
○ึ	○ึบ	○ื	○ืบ
○ุ	○ุบ	○ู	○ูบ
เ○ะ	เ○็บ	เ○	เ○บ
แ○ะ	แ○็บ	แ○	แ○บ
โ○ะ	○บ	โ○	โ○บ
เ○าะ	*	○อ	○อบ
เ○อะ	*	เ○อ	เ○ิบ
เ○ียะ	*	เ○ีย	เ○ียบ
เ○ือะ	*	เ○ือ	เ○ือบ
○ัวะ	*	○ัว	○วบ

（在上表中，*表示尾音บ与该元音不能拼合。）

（4）单词拼读练习。

①短元音组

กบ 青蛙	กับ 和，与	เก็บ 保存	คบ 交往
คับ 狭窄的	จบ 完	จิบ 饮，呷	ดิบ 生的
ตับ 肝	พบ 会见	เย็บ 缝	รบ 战斗
เล็บ 指甲	สิบ 十	หุบ 峡谷	

②长元音组

เกือบ 差点儿	ขวบ 岁	ขอบ 边缘	เงียบ 安静
จีบ 追求	ชอบ 喜欢	ตอบ 回答	เติบ 大，长大
แถบ 地带	เทียบ 比较	แทบ 几乎	แนบ 夹，附
บวบ 丝瓜	แบบ 样式	รวบ 收集	รีบ 赶紧
เรียบ 平坦	ลูบ 抚摸	สอบ 考试	เสียบ 穿，刺
แสบ 刺痛	อวบ 丰满	แอบ 躲，藏	

บทที่ ๗ ตัวสะกด(๓)
第七课　尾辅音（三）子尾辅音

1.泰语的子尾辅音

泰语的尾辅音我们已经学了 ง น ม ย ว ก ด บ 这8个尾辅音。为了便于学习，我们把这8个尾辅音称为母尾辅音。除这8个母尾辅音外，我们把发音与母尾辅音相同的尾音称为子尾辅音。子尾辅音还可以分为一般尾辅音和特殊字尾辅音。

泰语的母尾辅音与子尾辅音对应表

母尾辅音	一般子尾辅音	特殊子尾辅音
ง	*	*
น	ณ ญ ร ล ฬ	*
ม	*	มิ
ย	*	*
ว	*	*
ก	ข ก ฆ	กร คร รค
ด	ต ฎ ฏ ถ ฐ ฑ ฒ ท ธ ศ ษ ส จ ช ซ	ดิ ติ ธิ ฒิ ตุ ตร ทร ชร รถ รท
บ	ป พ ภ ฟ	*

（在上表中，*表示该母尾辅音没有子尾辅音或特殊子尾辅音。）

从上表可以看出，在泰语的母尾辅音中，只有清尾辅音 ง ย ว 没有子尾辅音。泰语的42个辅音字母，大部分都能做尾辅音，只有อ ฌ ผ ฝ ห ฮ 这7个辅音字母不能做尾辅音。

子尾辅音的声调拼读规律

子尾辅音的声调拼读规律与母尾辅音完全一致。

2. น 的子尾辅音

子尾辅音	例词	读音	词义
ณ	คุณ	คุน	你
	ญาณ	ยาน	智慧，先知
	ตัณหา	ตัน-หา	欲望
	โบราณ	โบ-ราน	古老
ญ	กุญแจ	กุน-แจ	锁，钥匙
	เชิญ	เชิน	邀请
	ปัญหา	ปัน-หา	问题
	สำคัญ	สำ-คัน	重要
ร	เณร	เนน	沙弥
	มาร	มาน	恶魔
	เวร	เวน	轮值
	อาหาร	อา-หาน	食物
ล	กงสุล	กง-สุน	领事（consul）
	ข้อมูล	ข้อ-มูน	资料
	ตำบล	ตำ-บน	区
	ศาล	สาน	法庭
ฬ	กาฬ	กาน	死神
	ตาฬ	ตาน	插销
	วาฬ	วาน	鲸鱼

3. ม 的子尾辅音

子尾辅音	例词	读音	词义
มิ	ภูมิใจ	พูม-ใจ	自豪
	ภูมิปัญญา	พูม-ปัน-ยา	智慧
	ภูมิแพ้	พูม-แพ้	过敏症

🎧 4. ก 的子尾辅音

子尾辅音	例词	读音	词义
ข	มุข	มุก	首领
	เลข	เลก	数字
	สุข	สุก	幸福
ค	โชค	โชก	运气
	บุคคล	บุก-คน	人物
	แพ็ค	แพ็ก	包装（pack）
	โรค	โรก	疾病
ฆ	เมฆ	เมก	云
	โอฆ	โอก	深渊
กร	จักร	จัก	机械
คร	สมัคร	สะ-หมัก	报名，自愿
	อัคร	อัก	旗帜
รค	ชลมารค	ชน-ละ-มาก	水路

🎧 5. ด 的子尾辅音

子尾辅音	例词	读音	词义
จ	ปัจจัย	ปัด-จัย	因素
	อาจ	อาด	可能，也许
	อำนาจ	อำ-นาด	权力
ช	บวช	บวด	出家
	พืช	พืด	植物
	ราช	ราด	皇家
ซ	ก๊าซ	ก๊าด	煤气（gas）
	มิซซา	มิด-ซา	弥撒（Mass）
ฎ	กฎ	กด	规则
	มงกุฎ	มง-กุด	王冠

续表

子尾辅音	例词	读音	词义
ฎ	ปรากฎ	ปรา-กด	发现
	นาฎ	นาด	美女
ฐ	รัฐ	รัด	国家
	อิฐ	อิด	砖头
	อูฐ	อูด	骆驼
ต	เขต	เขด	地区
	จิต	จิด	心灵
	โน้ต	โน้ด	笔记（note）
ถ	นาถ	นาด	庇护者
	รถ	รด	车
ท	บท	บด	篇，章
	บาท	บาด	泰铢
	สิทธิ	สิด-ธิ	权利
ธ	โกรธ	โกรด	生气
	ปฏิเสธ	ปะ-ติ-เสด	拒绝
	อาวุธ	อา-วุด	武器
ศ	โทศ	โทด	罪过
	เพศ	เพด	性别
	อากาศ	อา-กาด	天气
ษ	พิเศษ	พิ-เสด	特殊
	พิษ	พิด	毒
	เศษ	เสด	零碎
ส	ซ้อส	ซ้อด	调味汁（sauce）
	นิสสัย	นิด-สัย	习性
	โอกาส	โอ-กาด	机会
ชร	เพชร	เพ็ด	钻石

续表

子尾辅音	例词	读音	词义
ตร	บัตร	บัด	卡片
	มิตร	มิด	朋友
	เมตร	เม็ด	米（metre）
ติ	ชาติ	ชาด	国家
	ญาติ	ยาด	亲戚
	สมบัติ	สม-บัด	财富
ตุ	ธาตุ	ทาด	本质，元素
	เหตุ	เหด	原因

🎧 6. บ 的子尾辅音

子尾辅音	例词	读音	词义
ป	ก๊อปปี้	ก๊อบ-ปี้	复制（copy）
	ซุป	ซุบ	浓汤（soup）
	บาป	บาบ	罪孽
	รูป	รูบ	相片
พ	ภาพ	ภาบ	图
	ศพ	สบ	尸体
	อัพเดท	อั๊บ-เดด	更新（update）
	อาชีพ	อา-ชีบ	职业
ฟ	ค็อฟฟี่ช็อป	ค็อบ-ฟี่-ช็อบ	咖啡店（coffee shop）
	ออฟฟิศ	อ๊อบ-ฟิด	办公室（office）
ภ	ลาภ	ลาบ	财运
	โลภ	โลบ	贪心

บทที่ ๘ อักษรควบ
第八课　复合辅音

1. 泰语的复合辅音

　　复合辅音指的是两个辅音结合在一起发成一个混合音。泰语的复合辅音由高、中、低部分辅音与 ร ล ว 结合而成。发音时，按第一个辅音的拼音规则，以第一个辅音的发音部位和音调为主，然后很快滑向第二个辅音，第二个辅音的音调同化于第一个辅音。

　　泰语的复合辅音分为两大类：真复合辅音和假复合辅音。

2. 真复合辅音

　　真复合辅音是指两个辅音发成一个混合的音。泰语原本的真复合辅音共有16个，其中，中辅音组有6个，分别是：กร กล กว ตร ปร ปล；高辅音组有4个，分别是：ขร ขล ขว ผล；低辅音组有6个，分别是：คร คล คว พร พล ทร。由于现代泰语吸收了许多外来语，特别是英语，于是便出现了5个新的复合辅音，分别是：บร บล ดร ฟร ฟล

　　为了便于学习，我们可以把真复合辅音按照第二个辅音的发音方法，分为3组。如下表所示：

第一个辅音	第二个辅音		
	（颤音）ร	（边音）ล	（半元音）ว
ก	กร	กล	กว
ข	ขร	ขล	ขว
ค	คร	คล	คว
ด	ดร	*	*
ต	ตร	*	*
ท	ทร	*	*
บ	บร	บล	*
ป	ปร	ปล	*
ผ	*	ผล	*
พ	พร	พล	*
ฟ	ฟร	ฟล	*

🎧 **3. 假复合辅音**

　　假复合辅音又叫特殊复合辅音，是指发音时，两个辅音并不是同时发成一个混合音，而是只发第一个辅音本身的音或发一个与两个辅音完全不同的另一个音，共有两种：

　　（1）以 จ ส ศ ซ 为第一辅音，ร 为第二辅音结合而成的复合辅音，共4个：จร สร ศร ซร 。这种复合辅音发音时，只发第一个辅音的音，第二个辅音ร不发音，分别读作：จ ส ศ ซ。如下表：

例词	读音	词义
จริง	จิง	真
เสริม	เสิม	增加
เศร้า	เส้า	悲伤
ไซร้	ไซ้	……的话

　　（2）以 ท 为第一辅音，ร 为第二辅音结合而成的复合辅音 ทร。这个假复合辅音发音时，不发这两个辅音中的任何一个，而是发 ซ 的音，并且这种假复合辅音只有一个。如下表：

例词	读音	词义
ทราบ	ซาบ	知道
ทราย	ซาย	沙
อินทรี	อิน-ซี	鹰

4. 复合辅音的声调拼读规律

　　复合辅音的声调按照第一个辅音字母的声调发音，如果有调号，调号位于第二个辅音字母的上方。复合辅音的声调拼读规律与中、高、低辅音的拼读规律一致。

🎧 **5. 单词拼读练习**

กร　　กรวด 卵石　　　　กรวย 漏斗　　　　กรอก 填写
　　　กระจก 镜子　　　กระจ่าง 清晰　　　กระดาษ 纸张

	กราบ 跪拜	กริ่ง 铃	กรุง 都城
	เกรด（grade）等级	เกรียบ 脆，酥	
กล	กล้วย 芭蕉	กลอง 鼓	กลับ 回
	กลัว 怕	กล้า 勇敢	กล่าว 讲话
	กลิ่น 气味	กลืน 吞咽	กลุ่ม 集团，组
	เกล็ด 鳞片	เกลี้ยง 精光	เกลียด 讨厌
	เกลือ 盐	ใกล้ 近	ไกล 远
กว	กวา 瓜	กว่า 余，多	กวาง 鹿
	กว้าง 宽	กวาด打扫	เกวียน牛车
	แกว่ง 摆动		
ขร	ขรึม 严肃	ขรุขระ 崎岖不平	
ขล	ขลัง 灵验	ขลาด 胆小	ขลุ่ย 笛子
ขว	ขวัญ 吉祥	ขวาง 拦，挡	ขว้าง 抛，掷
	ขวาน 斧头	เขว 歪，斜	แขวน 悬挂
	ไขว่ 交叉	ไขว้ 有出入	
คร	ครบ 满，到期	ครอง 治理	ครั้ง 次
	คร่าว 简要	ครีม（cream）奶油	ครึ่ง 半
	ครุฑ 金翅鸟	ครู 老师	เครียด 紧张
	เครื่อง 器具	ใคร谁	ใคร่ 渴望
คล	คลอง 水渠	คลอด 分娩	คละ 混杂
	คลัง 库	คล้าย 相似	คลำ 摸
	คลื่น 浪	คลุม 披，罩	เคล็ด扭伤
	เคลื่อน 流动	โคลน 泥浆	
คว	ควัก 掏	ควัน 烟	คว้า 夺得
	ความ 案件	ควาย 水牛	คว่ำ 翻倒
	แคว 支流		
ตร	ตรง 正直	ตรวจ 检查	ตรอก 胡同

	ตระกูล 家族	ตรา 印章	เตรียม 准备
	แตร 喇叭		
ทร	ทรัสตี（trustee）受托人		เทรด（trade）贸易
	ทรง* 形状	ทราบ* 知道	ทราม* 下贱
	ทราย* 沙	แทรก* 介入	ไทร* 榕树
	（带*的词是假复合辅音，ทร发ซ的音。）		
บร	บรูไน（Brunei）文莱		เบรค（brake）刹车
	บราซิล（Brazil）巴西		บรั่นดี（brandy）白兰地
บล	บล็อก（blog）博客		บลู（blue）蓝色
ปร	ประกวด 比赛	ประชุม 开会	ปรับ 罚
	ปรากฏ 出现	ปรึกษา 商量	เปรียบ 比，比较
	เปรี้ยว 酸	แปรง 刷子	โปร่ง 通风
	โปรด 宠爱	โปรย 撒	
ปล	ปล้น 抢劫	ปล่อย 放	ปลา 鱼
	ปลุก 叫醒	ปลูก 种植	เปล 摇篮
	เปล่า 空，白	เปลี่ยน 改变	เปลือก 表皮
	แปล 翻译	แปลก 奇怪	
ผล	ผลัก 推	ผลัด 轮换	ผลาญ 毁坏
	เผลอ 大意	แผล 伤口	แผลง 演变
พร	พระ 僧人	พราก 离别	พริก 辣椒
	แพร 绸缎	แพรว 晶莹	ไพร่ 平民
พล	พลอย 珠宝	พลาด 错过	พลิก 翻开
	พลุ 烟花	เพลง 歌曲	เพลีย 乏力
ฟร	ฟรี（free）自由		ฟรีเกต（frigate）护卫舰
ฟล	ฟลอร่า（flora）花神		ฟลุค（fluke）侥幸
	ฟลุต（flute）长笛		

บทที่ ๘ อักษรนำ
第九课 前引字

1. 泰语的前引字

泰语的辅音分为中、高、低3组，其中，只有中辅音能够发全5个声调，高辅音和低辅音则不能发全5个声调，如下表所示：

辅音	声调				
	第一声调	第二声调	第三声调	第四声调	第五声调
中辅音	กา	ก่า	ก้า	ก๊า	ก๋า
高辅音		ข่า	ข้า		ขา
偶低辅音	คา		ค่า	ค้า	
奇低辅音	งา		ง่า	ง้า	

从上表可以看出，偶低辅音与高辅音相对应也能发全5个声调，至于奇低辅音，由于没有高辅音与之对应，只能发第一、第三和第四声调。因此，需要在奇低辅音前面加上中、高辅音做前引，才能发出第二、第五声调，满足发全5个声调的需要。我们把置于奇低辅音前的中、高辅音称为前引字，该奇低辅音称为被引字。

2. 构成前引关系的三个条件

（1）前引字必须是中辅音或高辅音。

前引字是中辅音，被引字的拼读规律按中辅音的拼读规律拼读，如：อย่า จมูก。前引字是高辅音，被引字的拼读规律按高辅音的拼读规律拼读，如：หมี่ ขนม

（2）被引字必须是奇低辅音。

因为偶低辅音有对应的高辅音，不用前引字也能发出5个声调。因此，中、高辅音置于偶低辅音之前，偶低辅音的拼读规律不会发生变化，如：อธิการ เฉพาะ

（3）前引字和被引字之间必须紧相连，中间不能有元音隔开。如 อเมริกา สโมธานี就不是前引字。

3. 前引字的分类

泰语的前引字一般分为不发音的前引字和发音的前引字两类。

不发音的前引字

（1）以高辅音ห做前引字。

前引字ห本身不发音，被引字按照高辅音的拼读规律拼读。如下表所示：

拼读规律	第一声调	第二声调	第三声调	第四声调	第五声调
高辅音+长元音		ห่า	ห้า		หา
奇低辅音+长元音	นา		น่า	น้า	
前引字+被引字+长元音		หน่า	หน้า		หนา

单词拼读练习

หญ้า 草	หญิง 女	หนัก 重	หน้า 脸
หนาว 冷	หมวก 帽子	หมอ 医生	หมา 狗
หมู 猪	หยก 玉	หย่า 离婚	หยุด 停止
หรือ 吗	หล่อ 英俊	หลับ 睡着	หลาย 多
หวัง 希望	หวาน 甜	หวี 梳子	เหงา 寂寞
เหงื่อ 汗	เหน็บ 麻痹	เหนียว 粘	เหนือ 北方
เหนื่อย 累	เหม็น 臭	เหมย 梅花	เหมาะ 适合
เหมือน 相似	เหยียบ 踩	เหล็ก 铁	เหล้า 酒
เหลือ 剩余	โหวด 汽笛	ใหญ่ 大	ใหม่ 新
ไหน 哪里	ไหม้ 烧焦	ไหล่ 肩膀	ไหว้ 拜，合十

（2）以中辅音อ做前引字。

前引字อ本身不发音，被引字按照中辅音的拼读规律拼读，这一类在泰语中只有4个词：

อย่า 不，别　　อยาก 想，想要　　อย่าง 样子　　อยู่ 在，住

发音的前引字

（1）以中辅音做前引字。

前引字中辅音发与 ◌ะ 相拼的音，但发音短而轻，同时被引字按中辅音的拼读规律拼读。如下表所示：

前引字	例词	读音	词义
ก	กนก	กะ-หนก	黄金
จ	จมูก	จะ-หมูก	鼻子
ต	ตลาด	ตะ-หลาด	市场
ป	ปรอท	ปะ-หรอด	温度计
อ	อร่อย	อะ-หร่อย	好吃

单词拼读练习

กรก 冰雹　　จรวด 火箭　　จรัส 璀璨　　จรอก 小巷

จริต 举止　　ตงุ่น 糖浆　　ตลก 滑稽　　ตลอด 始终

ตลับ 小圆盒　　ตลิ่ง 岸边　　ตวาด 呵斥　　ปริญญา 学位

ปลัด 副职　　องุ่น 葡萄　　อนาถ 可悲　　อนึ่ง 再者

（2）以高辅音做前引字。

前引字高辅音发与 ◌ะ 相拼的音，但发音短而轻，同时被引字按高辅音的拼读规律拼读。如下表所示：

前引字	例词	读音	词义
ข	ขนม	ขะ-หนม	点心
ฉ	ฉลาด	ฉะ-หลาด	聪明
ถ	ถนน	ถะ-หนน	道路
ผ	ผลิต	ผะ-หลิด	生产
ส	สมัย	สะ-ไหม	时代

单词拼读练习

ขนบ 习俗	ขนาด 规模	ขนาน 平行
ขนุน 菠萝蜜	ขยะ 垃圾	ขยัน 努力
ขยับ 挪动	ขยาย 扩大	เขมร 高棉
ฉลอง 庆祝	ฉลาก 标签	ฉลาม 鲨鱼
เฉลี่ย 平均	ถล่ม 塌陷	ถลอก 擦伤
ถวาย 敬献	แถลง 声明	ผนวก 附加
ผลึก 结晶	สง่า 大方	สนาม 广场
สนิท 亲密	สนุก 好玩	สมัคร 自愿
สมัย 时代	สมุด 本子	สยาม 暹罗
สระ 元音	สลัด 沙拉	สว่าง 明亮
เสนอ 提出	เสนาะ 动听	

บทที่ ๑๐ การอ่านพิสดารและเครื่องหมาย
第十课 特殊读法与常用符号

1. 泰语的特殊读法

泰语借用大量的外来语，尤其是巴利语、梵语，使得泰语中很多词有其特殊读法，现将常见的归纳如下：

特殊元音 ฤ 的读法

（1）ฤ在多音节词之首，自成一个音节时发音为รึ。如下表：

例词	读音	词义
ฤดู	รึ-ดู	季节
ฤษี	รึ-สี	隐士

（2）ฤ与ค น พ ม ห 相拼时发音为รึ。如下表：

例词	读音	词义
คฤหาสน์	คะ-รึ-หาด	豪宅
นฤมล	นะ-รึ-มน	佳人
พฤษภาคม	พรึด-สะ-พา-คม	五月
มฤษา	มะ-รึ-สา	虚伪
หฤทัย	หะ-รึ-ไท	心

（3）ฤ 与 ก ต ท ป ส ศ 相拼时发音为ริ。如下表：

例词	读音	词义
วิกฤต	วิ-กริด	危机
ตฤษ	ตริด	欲望
ทฤษฎี	ทริด-สะ-ดี	理论
ปฤจฉา	ปริด-ฉา	疑问
ศฤงคาร	สะ-หริง-คาน	爱情
สฤษฎ์	สะ-หริด	建造

（4）ฤ发音为เรอ，只有一个。如下表：

例词	读音	词义
ฤกษ์	เริก	时辰

ร的特殊读法

（1）ร与前面的辅音相拼自成一个音节，并作为单词的末尾音节时，发音为◌อน。如下表：

例词	读音	词义
นคร	นะ-คอน	都市
มังกร	มัง-กอน	龙
ละคร	ละ-คอน	戏剧
อวยพร	อวย-พอน	祝福

（2）รร后面没有尾辅音时发音为◌ัน。如下表：

例词	读音	词义
กรรไกร	กัน-ไกร	剪刀
บรรจง	บัน-จง	端正
สรรหา	สัน-หา	挑选

（3）รร后面有尾辅音时发音为◌ะ。如下表：

例词	读音	词义
กรรม	กัม	罪孽
พรรค	พัก	党派
สรรพ	สับ	一切

（4）辅音+ร位于词首时发音为◌อ-ระ。如下表：

例词	读音	词义
กรณี	กอ-ระ-นี	事件
ทรมาน	ทอ-ระ-มาน	折磨
ธรณี	ทอ-ระ-นี	地质
มรดก	มอ-ระ-ดก	遗产
วรนารี	วอ-ระ-นา-รี	巾帼英雄
หรดี	หอ-ระ-ดี	西南
อรหัต	ออ-ระ-หัต	罗汉

บ 的特殊读法

บ 自成音节时发音为บอ。如下表：

例词	读音	词义
คณบดี	คะ-นะ-บอ-ดี	系主任
บริการ	บอ-ริ-กาน	服务
บริษัท	บอ-ริ-สัด	公司
อธิบดี	อะ-ธิ-บอ-ดี	厅长

ฑ 的读法

辅音ฑ在巴利语、梵语的发音为ด，泰语借用后发音为ท 。借用后较古老的词发ด音，较新的词发ท音。

（1）ฑ 发音为ด，此音用得较少。如下表：

例词	读音	词义
บัณฑิต	บัน-ดิด	学士
บัณฑุโรค	บัน-ดุ-โรก	黄疸病
มณฑป	มน-ดบ	带尖顶的四方形房顶

（2）ฑ 发音为ท，此音用得较多。如下表：

例词	读音	词义
กรีฑา	กรี-ทา	体育运动
จุฑา	จุ-ทา	顶髻
มณฑล	มน-ทน	省

ไ◌ย 的读法

元音ไ◌ย的发音与ไ◌、ใ◌、◌ัย 相同，但是这个元音只能单独和辅音拼合，不能标上声调符号。如下表：

例词	读音	词义
ไชย	ไช	更繁荣
ไทย	ไท	泰国
ประชาธิปไตย	ประ-ชา-ทิบ-ปะ-ไต	民主
อุปไมย	อุบ-ปะ-ไม	被比喻的事物

音节首的辅音丛的读法

当两个或两个以上的辅音连在一起出现在音节之首时，各个辅音按照自身的拼读规律发与◌ะ 相拼的音，但发音轻而短。如下表：

例词	读音	词义
ภควดี	พะ-คะ-วะ-ดี	幸运女人
สมถะ	สะ-มะ-ถะ	知足
สรณะ	สะ-ระ-นะ	皈依
สหประชาชาติ	สะ-หะ-ประ-ชา-ชาด	联合国
อมตธรรม	อะ-มะ-ตะ-ทำ	不朽的佛法

既作尾辅音，本身又发与◌ะ（◌ิ、◌ุ）相拼的音

泰语中还有一些多音节词，前一个音节的尾音还要再发与◌ะ（◌ิ、◌ุ）相拼的音，但发音轻而短。如下表：

例词	读音	词义
คุณภาพ	คุน-นะ-พาบ	质量
ฆาตกร	คาด-ตะ-กอน	杀人凶手
ชนบท	ชน-นะ-บด	农村
ตุ๊กตา	ตุ๊ก-กะ-ตา	洋娃娃
เทศกาล	เทด-สะ-กาน	节日
มิตรภาพ	มิด-ตระ-พาบ	友谊
รัฐบาล	รัด-ถะ-บาน	政府
อุบัติเหตุ	อุ-บัด-ติ-เหด	事故

既做尾辅音，本身又发与◌ะ(◌ิ、◌ุ)相拼的音，同时还要做前引字

泰语中还有一些多音节词，前一个音节的尾音发与◌ะ（◌ิ、◌ุ）相拼的轻而短的音，同时还要作为后一个音节的前引字。如下表：

例词	读音	词义
จัตุรัส	จัด-ตุ-หรัด	广场
ทุจริต	ทุด-จะ-หริด	贪污
ปริศนา	ปริด-สะ-หนา	谜语
วาสนา	วาด-สะ-หนา	福分
ศักราช	สัก-กะ-หราด	纪元
อิสระ	อิด-สะ-หระ	自由

既做尾辅音，又做后一个音节的首辅音

泰语中还有一些多音节词，前一个音节的尾音还要做后一个音节的首辅音。如下表：

例词	读音	词义
พุทรา	พุด-ซา	枣
มาตรา	มาด-ตรา	（计量）单位制
ศัตรู	ศัด-ตรู	敌人
อัตรา	อัด-ตรา	率

其他一些词的特殊读法

泰语中还有一些词的读法是不按照我们所知的拼读规则发音的，要查阅词典才能确定。如下表：

例词	读音	词义
กรุณา	กะ-รุ-นา	劳驾
โฆษณา	โคด-สะ-นา	广告
โทรเลข	โท-ระ-เลก	电报
บุรุษ	บุ-หรุด	男士
ปริมาณ	ปะ-ริ-มาน	数量
ฝรั่ง	ฟะ-หรั่ง	洋人
สมาชิก	สะ-มา-ชิก	成员
อนุมัติ	อะ-นุ-มัด	批准

2. 泰语的常用符号

“◌์”（ไม้ทัณฑฆาต）不发音符号

标在不需要发音的辅音字母或音节的右上方，表示该辅音或音节不发音，一般用于巴利语、梵语和英语借词。如下表：

例词	读音	词义
การ์ตูน	กา-ตูน	卡通
พันธุ์	พัน	物种
ลักษณ์	ลัก	特点
สิทธิ์	สิด	权利

"ๆ"（ไม้ยมก）重复符号

（1）ๆ 位于词之后，表示该词要重复。如下表：

例词	读音	词义
ช้าๆ	ช้า-ช้า	慢慢
เด็กๆ	เด็ก-เด็ก	孩子们
บ่อยๆ	บ่อย-บ่อย	常常

（2）ๆ 位于短语之后，表示该短语要重复。如下表：

例子	读音	词义
วันหนึ่งๆ	วันหนึ่งวันหนึ่ง	一天天
ช่วยด้วยๆ	ช่วยด้วยช่วยด้วย	救命！救命！

（3）ๆ 位于句子之后，表示该句子要重复。如下表：

例子	读音	词义
เราชนะแล้วๆ	เราชนะแล้ว เราชนะแล้ว	我们赢了！我们赢了！
ฉันไม่ไปๆ	ฉันไม่ไป ฉันไม่ไป	我不去！我不去！

"ฯ"（ไปยาลน้อย）简略符号

位于词之后，表示该词是简略写法。如下表：

例子	完整写法	词义
กรุงเทพฯ	กรุงเทพมหานคร	曼谷
โปรดเกล้าฯ	โปรดเกล้าโปรดกระหม่อม	恩赐
พฤหัสฯ	พฤหัสบดี	星期四

"ฯลฯ" (ไปยาลใหญ่) 省略符号

位于句子之后，表示省略，相当于汉语的"等等"。"ฯลฯ"可以不用读出，也可读作"และอื่น ๆ"如下表：

例子	意思
ผลไม้ไทยมีทุเรียน เงาะ มังคุด ฯลฯ	泰国水果有榴梿、红毛丹、山竹，等等。
ภาคเหนือมีหลายจังหวัด เช่น ลำปาง เชียงราย เชียงใหม่ ฯลฯ	北部有好几个府，如南邦、清莱、清迈，等等。

附录一：泰语中辅音字母书写顺序图

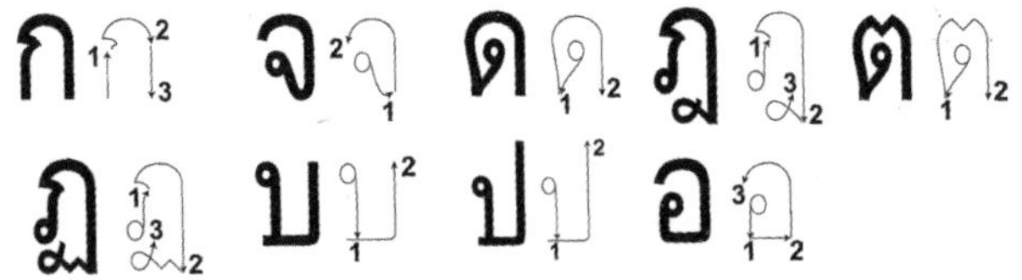

附录二：泰语高辅音字母书写顺序图

附录三：泰语低辅音字母书写顺序图

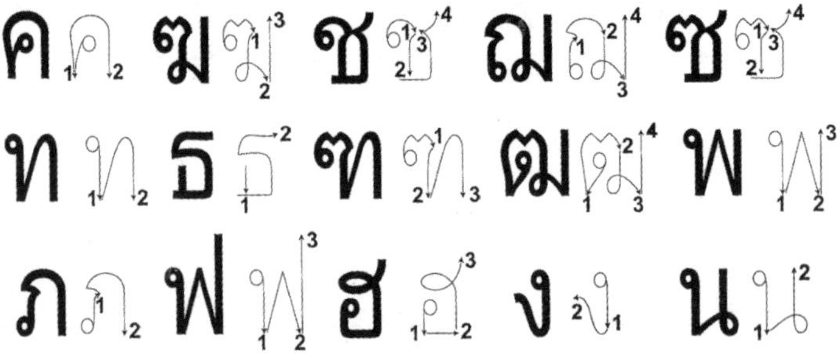

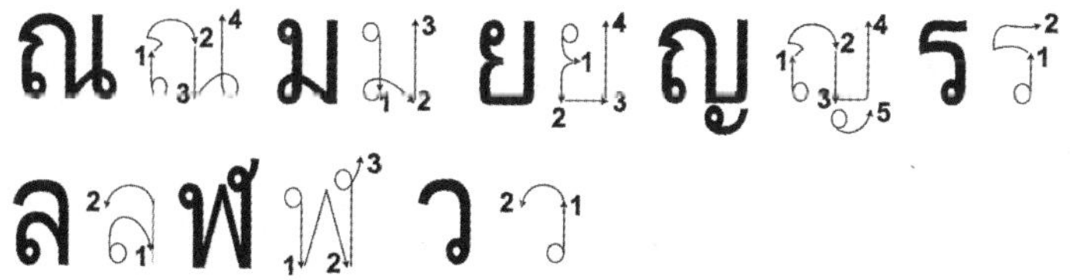

附录四：泰语元音字母书写顺序图

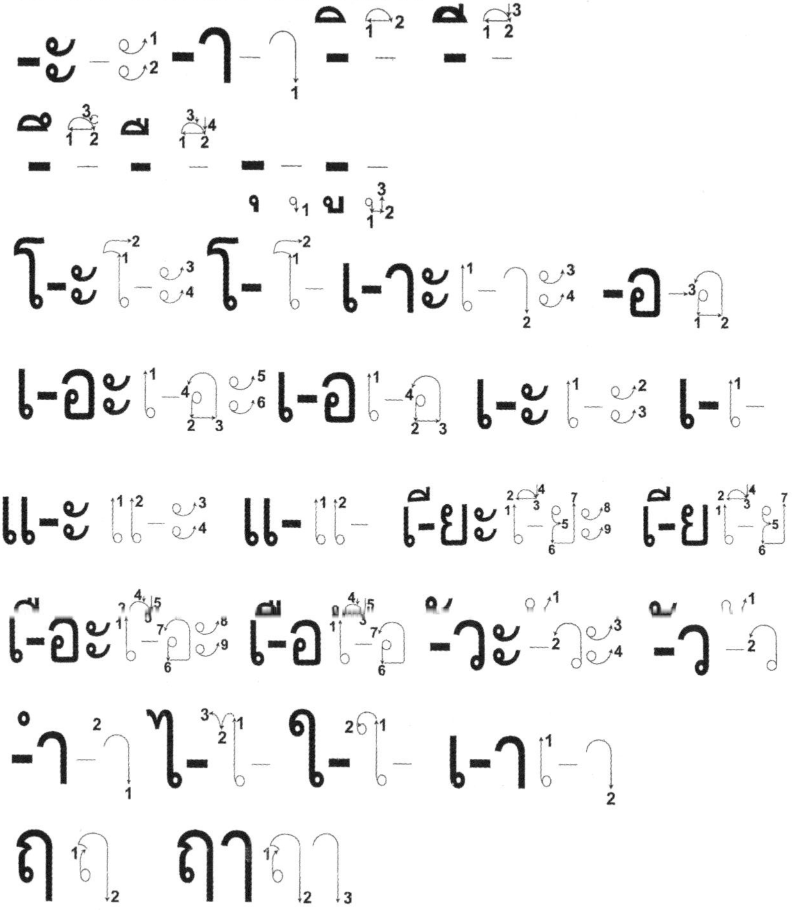

附录五：泰语声调符号书写顺序图

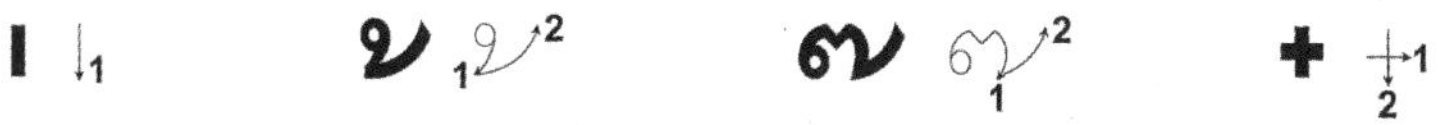

二、口语部分

บทที่ ๑   การทักทายและการลา
第一课   问候与辞别

รูปประโยคพื้นฐาน 基本句型

สวัสดี...	你好！……（先生/女士）
...สบายดีหรือ	……好吗？
...แล้วหรือยัง	……了吗？
...ไหม	……吗？
...เป็นไง	……怎么样？
...ล่ะ	……呢？
จะไป ...	要去……
ยินดีที่...	很高兴……
หวังว่า...	希望……
ขอให้...	祝……

ประโยคทั่วไป 常用句子

ไม่ได้เจอกันตั้งนาน เป็นยังไงบ้าง	好久不见了，你怎么样？
นานแล้วไม่ได้เจอกัน สบายดีหรือคะ	好久不见了，你还好吧？
ช่วงนี้งานยุ่งไหมคะ	最近忙吗？
ทานข้าวแล้วหรือยังคะ	吃饭了吗？
จะไปไหนคะ	要去哪儿？
คุณไปไหนมาคะ	你刚才去哪儿了？

มาทำอะไรที่นี่	来这儿做什么呢?
คุณล่ะครับ เป็นไงบ้าง	你呢，怎么样?
สวัสดีค่ะ คุณธีระ	你好，迪拉先生。
ช่วงนี้ไม่ค่อยสบายค่ะ	最近不太舒服。
ก็เรื่อย ๆ ครับ	还好!
ก็งั้น ๆ ค่ะ	还行!
ดีใจจังที่ได้เจอกัน	很高兴能见面。
เป็นไง ดูสมบูรณ์ขึ้น	怎么样，看上去发福了。
ยินดีที่ได้รู้จักกัน	很高兴认识你!
ไปก่อนนะคะ แล้วเจอกัน	先走了，再见。
พอดีมีธุระ ขอตัวก่อนนะคะ	正巧有事，先告辞了。
สายแล้ว ฉันต้องไปแล้วค่ะ	太晚了，我要走了。
ขอโทษค่ะ พอดีมีนัดกับเพื่อน	抱歉，刚好与朋友有约。
ไว้ค่อยพบกันใหม่	再见。
เจอกันพรุ่งนี้นะคะ	明天见。
แล้วค่อยนัดเจอกันใหม่นะ	改天再约。
อย่าลืมส่งข่าวมาบ้างนะคะ	别忘捎个信。
ขอบคุณที่ต้อนรับอย่างดี	谢谢您的热情款待。
หวังว่าเราจะได้พบกันอีก	希望我们能再次见面。
ว่าง ๆ เชิญมาเที่ยวที่บ้านนะ	有空常来家里玩。
เดินทางปลอดภัยนะคะ	一路平安啊!（祝一路顺风!）
โชคดีครับ	祝好运!

🎧 **การสนทนา 情景对话**

บทสนทนาที่ ๑ การทักทายกัน (๑)
会话1   打招呼（1）

（เพื่อนสองคนเจอกันกลางทางและทักคุยกัน）
（两位朋友在路上相遇并打招呼）

ก：สวัสดีค่ะจางเฉียง คุณจะไปไหนคะ
甲：你好张强！你要去哪儿呢？

ข：สวัสดีครับหวังหลิง ผมกำลังไปหาเพื่อนคนหนึ่ง
乙：你好王玲！我要去找一位朋友。

ก：ไม่ได้เจอกันตั้งนาน เป็นยังไงบ้าง
甲：好久不见，你怎么样了？

ข：สบายดีครับ คุณล่ะครับ
乙：我很好，你呢？

ก：ฉันก็สบายดี
甲：我也很好。

ข：หมู่นี้งานยุ่งมากไหมครับ
乙：最近工作忙吗？

ก：ไม่ค่อยยุ่ง คุณล่ะคะ
甲：不太忙，你呢？

ข：เรื่อย ๆ ครับ
乙：也一般。

ก：คุณพ่อคุณแม่สบายดีหรือคะ
甲：你爸爸妈妈还好吧？

ข：สบายดีครับ
乙：挺好的。

ก：ว่าง ๆ มาเที่ยวที่บ้านนะคะ จะได้คุยกันนาน ๆ
甲：有空请来家里坐坐，我们好好聊一聊。

ข：ได้เลยครับ
乙：好的。

บทสนทนาที่ ๒ การทักทายกัน (๒)
会话2   打招呼（2）

（ที่กรุงเทพฯ ปราโมทย์พบครูที่เคยสอน จึงทักกับครู）
（在曼谷，巴莫碰见昔日的小学老师，便向老师打招呼。）

ก：สวัสดีครับ คุณครู
甲：老师，您好！

ข：อ้าว ปราโมทย์หรือ สวัสดีจ้ะ
乙：哟，是巴莫吗？你好，巴莫。

ก：ไม่ได้พบครูตั้งนานแล้ว ครูสบายดีนะครับ
甲：好久不见了，老师您很好吧！

ข：สบายดี ปราโมทย์มาทำอะไรที่นี่
乙：很好！巴莫来这儿做什么呢？

ก：พอดีมาธุระแถวนี้ครับ
甲：正巧来这边办点事情。

ข：ยังทำงานที่เก่าหรือเปล่า
乙：还在原来的地方上班吗？

ก：เปล่าครับ เปลี่ยนมาทำงานที่ธนาคารกรุงเทพ แล้วครับ
甲：不了，已经转到盘谷银行工作了。

ข：งานก้าวหน้าดีไหม
乙：工作有进展吗？

ก: ก็เรื่อย ๆ ครับ

甲：还行吧！

ข: ดีใจที่ได้เจอเธอ แล้วอย่าลืมส่งข่าวมาบ้างนะ

乙：很高兴能见到你，有什么消息别忘了说一声。

ก: ครับ

甲：好的。

ข: โชคดีนะ

乙：祝好运！

ก: ขอบคุณครับ สวัสดีครับ

甲：谢谢您，再见！

บทสนทนาที่ ๓ การอำลา (๑)
会话3　　　　　辞别（1）

(ที่บ้านคนจีน หลังงานเลี้ยงแขกเพื่อนคนไทย)

（在中国，主人宴请泰国朋友，晚宴结束。）

ก: อาหารอร่อยมากครับ ขอบคุณมาก

甲：晚餐非常美味，太感谢了。

ข: ทานเยอะ ๆ นะคะ ไม่ต้องเกรงใจ เติมข้าวอีกไหมคะ

乙：多吃一些，别客气，还添一点儿饭吗？

ก: อิ่มแล้วครับ

甲：吃饱了。

ข: งั้นให้เขาเสิร์ฟผลไม้และน้ำชาเลยนะคะ

乙：那来点儿水果与茶水吧！

ก: ขอบคุณครับ

甲：谢谢。

(หลังทานผลไม้และดื่มน้ำชา)（吃完水果喝完茶之后）

ก：ขอบคุณนะครับที่เตรียมอาหารไว้เยอะเลย อร่อยมากเลยครับ

甲：谢谢您准备的丰盛食物，非常美味。

ข：ยินดีค่ะ

乙：不客气。

ก：ดึกมากแล้ว ผมเห็นจะต้องขอตัวแล้วครับ

甲：太晚了，我要告辞了。

ข：อยู่อีกเดี๋ยวสิคะ

乙：再坐一会儿吧。

ก：ไม่รบกวนแล้วครับ ลาเลยนะครับ

甲：不打扰了，我先告辞了。

ข：ค่ะ แล้วเจอกันใหม่นะคะ

乙：好的，再见！

ก：สวัสดีครับ

甲：再见！

บทสนทนาที่ ๔　การอำลา (๒)
会话4　　　　辞别（2）

(ที่สนามบินสุวรรณภูมิ ลูกค้าคนจีนกำลังลากับเจ้าหน้าที่ของบริษัทที่มาส่ง)
（在素宛那普机场，一名中国客户正与来送行的公司职员辞别。）

ก：การมาเมืองไทยครั้งนี้ราบรื่นดีมาก ผมต้องขอบคุณบริษัทที่ต้อนรับเป็น
　อย่างดีครับ

甲：这次的泰国之行非常顺利，我非常感谢贵公司的热情款待。

ข：ยินดีค่ะ

乙：别客气。

ก：และผมขอขอบคุณที่กรุณามาส่งที่สนามบิน

甲：我还要谢谢您来机场送我。

ข：ไม่เป็นไรค่ะ เช็คอินเรียบร้อยแล้ว ใช่ไหมคะ

乙：不客气，登机手续办完了吗?

ก：เรียบร้อยแล้วครับ

甲：办完了。

ข：หวังว่าคุณจะมาประเทศไทยอีกนะคะ

乙：希望你能再来泰国。

ก：แน่นอนครับ และถ้ามีโอกาสต้อนรับคุณที่นครหนานหนิง ผมจะยินดีมากนะครับ

甲：一定的，如果有机会能在南宁接待你，我也非常高兴。

ข：ขอบคุณค่ะ ถึงประเทศจีนแล้วส่งข่าวมาบ้างนะคะ

乙：谢谢，回到中国后多多联系。

ก：ครับ แล้วพบกันใหม่ครับ

甲：好的，再会。

ข：ขอให้เดินทางปลอดภัยนะคะ

乙：一路平安!

🎧 คำศัพท์ 词汇表

สวัสดี	你好，再见	เจอกัน	遇见
เป็นยังไง(เป็นไง)	怎么样	ตั้งนาน	（这么）久
สบายดี	舒服，舒适	ช่วงนี้	这段时间
ยุ่ง	忙	ทานข้าว	吃饭
หรือ	吗	จะ	要，将要
ทำ	做	อะไร	什么
ไม่ค่อย...	不太……	เรื่อย ๆ	一般般；常常
งั้น(ถ้าอย่างนั้น)	那，那样	สมบูรณ์	丰富，丰腴

ดีใจ　高兴
ธุระ　事情
สาย　迟到
ขอโทษ　对不起
เพื่อน　朋友
พรุ่งนี้　明天
หวังว่า　希望
ปลอดภัย　安全
โชคดี　好运
ว่าง ๆ　有空，空闲
ลูกศิษย์　学生
ทำงาน　工作
ธนาคาร　银行
งานเลี้ยง　宴会
เยอะ　多
เติมข้าว　添饭
เสิร์ฟ（serve）服务，上（菜）
รบกวน　麻烦
บริษัท　公司
กรุณา　劳驾，麻烦
โอกาส　机会
พอดี　刚好，正好
ขอตัว　告辞
ต้อง　必须
นัด　约
พบกันใหม่　再见
ต้อนรับ　欢迎
เดินทาง　旅行，走路
ดูแล　照顾
กลางทาง　路上
เที่ยว　玩
ครู　老师
เปลี่ยน　变化
ก้าวหน้า　前进，进步
อร่อย　好吃
เกรงใจ　客气
ผลไม้　水果
เห็นจะ　看来
ราบรื่น　顺利
ยินดี　高兴
ประเทศไทย　泰国
ขอบคุณ　谢谢

ข้อสังเกต　注释

1. เป็นอย่างไร　表疑问的短语，意思是“怎么样？”一般用于疑问句末，表示询问事情或者事物处于何种状态，口语中常读作“เป็นยังไง”。例如：

ช่วงนี้เป็นอย่างไรบ้าง สบายดีไหม　最近怎么样，还好吧？

เธอตอนนี้เป็นอย่างไร หายป่วยหรือยัง　你现在怎么样了，病好了吗？

งานเป็นอย่างไรบ้าง ยุ่งไหม　工作怎么样了，忙吗？

2. จะ 助动词，意思是"将，将要"，常常放在动词前，表示动作即将发生。例如：

ฝนจะตกแล้ว　雨要下了。

ฉันจะไปทานข้าว　我要去吃饭。

บ่ายนี้เขาจะมาหาฉัน　他今天下午要来找我。

จะ 常与 กำลัง 搭配成 กำลังจะ... 表示"正要……"。例如：

คุณกำลังจะไปไหน　你要去哪里？

ผมกำลังจะทำกับข้าว　我正要做饭。

3. ไหม 与 หรือ

　ไหม 疑问词，意思是"吗"，常放于句末，要求对方做出肯定或否定的回答。例如：

คุณชอบอาหารไทยไหม　你喜欢泰国菜吗？

คุณเป็นคนจีนใช่ไหม　你是中国人吗？

เธอจะไปทานข้าวด้วยไหม　你要一起去吃饭吗？

　หรือ 疑问词，意思是"吗"，多用于对已知的但不是很有把握的事情发问，目的是为印证自己的看法，肯定回答是ใช่ค่ะ/ใช่ครับ，否定回答用 ไม่ใช่ค่ะ/ไม่ใช่ครับ 。另外，还常见以 "ไม่...หรือ" 形式出现在问句中。例如：

คุณเป็นคนไทยหรือ　你是泰国人吗？

—ใช่ค่ะ ฉันเป็นคนไทย　是的，我是泰国人。

—ไม่ใช่ค่ะ ฉันเป็นคนเวียดนาม　不是，我是越南人。

เสื้อผ้าแบบนี้คุณชอบหรือ　难道你喜欢这款衣服吗？

เธอไม่รักเขาแล้วหรือ　你不爱他了吗？

—รักค่ะ ฉันรักเขา 爱，我爱他。
—ไม่ค่ะ ฉันไม่รักเขา 不，我不爱他。

คำศัพท์เพิ่มเติม 补充词汇

พบกัน   相遇
เสียใจ 伤心，抱歉
โรงแรม   酒店，宾馆
พักผ่อน 休息
หรือเปล่า 了吗，了没有
ตลาด 市场
อาหารเที่ยง 午餐
คิดว่า 想，认为
จ่ายตลาด 买菜

กินข้าว 吃饭
ห้างสรรพสินค้า 商场
อาหารเช้า 早餐
ซื้อของ 买东西
ขออภัย 请原谅
ร้านอาหาร 饭店
มากมาย 很多
เยี่ยมญาติ 看望亲戚
เดินเล่น 散步

รูปประโยคเพิ่มเติม 句型拓展

ฝาก...ถึง...   向……转达……
ขอบคุณที่...   感谢……
...ต้องไปแล้วค่ะ   ……要走了
ฝากสวัสดี...   向……问好

แบบฝึกหัด 练习

一、根据中文意思完成下列填空。

1. ไม่ได้เจอกันตั้งนาน คุณ _____
   好久不见，你怎么样？

2. คุณพ่อคุณแม่ _____

你的爸爸妈妈好吗?

3. หวังว่าโอกาสหน้าเราจะได้ _____

希望下次能再见面。

4. วันนี้ฉัน_____ กับเพื่อน

今天我与朋友有约。

5. วันนี้ผม_____ ว่าง ผมจะไปเยี่ยมญาติ

今天我不太有空,我要去看望亲戚。

二、用泰语表达下列句子。

1. 你好,张强。

2. 好久不见,你最近怎么样?

3. 我很忙,你呢?

4. 你要去哪儿?

5. 我有事,得先走了。

6. 很高兴能认识你。

7. 多多联系啊。

8. 你做的饭菜很好吃,非常感谢。

9. 到家后,给我打电话。

10. 祝一路平安!

三、用泰语模拟下列情景进行对话。

1. 在商场遇见好朋友,跟好朋友打招呼。

2. 早上与邻居打招呼。

3. 在机场送亲戚出国旅行。

ความรู้ที่เกี่ยวข้อง 常识

泰国的打招呼

泰国素有"礼仪之邦"的雅称，泰国人十分注重礼仪礼貌。泰国人日常交际中的"打招呼"可以明显地体现出泰国人的礼节。泰国人打招呼时最普遍的用语是"萨瓦迪卡"（女性）"萨瓦迪卡腊"（男性）。"萨瓦迪"一词源于古印度梵语，意为"如意"，这个词常用于见面或者告别时，其词义随语境改变。如用于见面时的打招呼则理解为"您好"，用于告别时则理解为"再见"。一般而言，泰国人打招呼时除了说"萨瓦迪"，还须行合十礼。合十礼的姿势会因说话双方身份、地位的不同而有所区别。晚辈见到长辈，两掌相合，十指伸直，低头，指尖触及前额，两拇指靠近鼻尖，身子略躬，头微微低。长辈还礼，则双手合十，举到胸前便可。若双方为平辈，则两掌合十，两拇指靠近下巴。

当前，越来越多的中国游客到泰国旅游，在感受到泰国的微笑服务与满意购物时，中国游客常常用"刷完你的卡"一句来调侃，意思是泰国是一个值得你去旅游与消费的国家，可以把你的银行卡刷光。

บทที่ ๒ การแนะนำตัว
第二课 介绍

รูปประโยคพื้นฐาน 基本句型

ดิฉัน/ผมชื่อ...	我叫……
ชื่อเล่นชื่อ...	小名叫……
ดิฉัน/ผมมาจาก...	我来自……
ดิฉัน/ผมเป็น...	我是……（职业/国籍）
นี่คุณ...	这位是……
ขอแนะนำให้รู้จัก...	介绍一下这位……
นี่...เพื่อนฉันค่ะ	这位是我的朋友……

ประโยคทั่วไป 常用句子

ดิฉันชื่อแก้วค่ะ คุณชื่ออะไร	我叫娇，你叫什么名字?
คุณแก้วมาจากไหนนะคะ	小凯来自哪里呢?
คุณเป็นคนที่ไหนคะ	你是哪里人?
คุณทำงานที่ไหนคะ	你在哪里工作?
คุณรู้จักผู้หญิงคนนั้นไหมคะ	你认识那个女人吗?
คุณคือคุณหน่อยใช่ไหมคะ	你是小内吗?
ขอเบอร์โทรหน่อยได้ไหม	能留个电话吗?
ผมชื่อวิชัยครับ เรียกผมว่าชัยก็ได้ครับ	我叫维猜，你叫我“猜”就行。
ขอแนะนำให้รู้จักคุณแก้วค่ะ	请让我介绍一下阿娇。
ผมเป็นมัคคุเทศก์ครับ	我是导游。
นี่คุณหนึ่งค่ะ เป็นอาจารย์สอนภาษาไทย	这位是宁，是泰语老师。

คุณวรรณครับ นี่คุณชัยครับ　　宛女士，这位是猜先生。

นี่เพื่อนผมครับ เขาเป็นคนเหนือ　　这位是我的朋友，他是北方人。

นี่นามบัตรของผมครับ　　这是我的名片。

ผมอยากแนะนำให้รู้จักคุณนิดครับ　我想介绍（你）认识一下尼。

🎧 การสนทนา 情景对话

บทสนทนาที่ ๑ การแนะนำตัว
会话 1　　相互介绍

（ที่มหาวิทยาลัยชนชาติกว่างซี นักศึกษาจีนกับนักศึกษาไทยคุยกันและแนะนำตัวเอง）

（在广西民族大学，中国学生与泰国学生聊天并相互介绍。）

ก : สวัสดีค่ะ ดิฉันชื่อจังลี่ คุณชื่ออะไรคะ

甲：你好，我叫张丽，你叫什么名字?

ข : ดิฉันชื่อจารุณี ชื่อเล่นจ๋าค่ะ คุณมีชื่อเล่นไหม

乙：我叫乍鹿妮，小名叫查，你有小名吗?

ก : มีค่ะ ลี่ลี่ค่ะ

甲：有，叫丽丽。

ข : ลี่ลี่เป็นคนที่ไหนคะ

乙：丽丽是哪里人?

ก : เป็นคนเสฉวน มาจากเมืองเฉิงตูค่ะ แล้วจ๋าล่ะ เป็นคนกรุงเทพฯ ใช่ไหม

甲：是四川人，来自成都。查呢? 是曼谷人，对吗?

ข : เปล่า จ๋าเป็นคนเหนือ บ้านอยู่เชียงใหม่

乙：不是，我是北方人，家在清迈。

ก : จ๋าเป็นนักศึกษาแลกเปลี่ยนที่นี่ ใช่ไหมคะ

甲：查是这里的交换生吗?

ข：ค่ะ จ๋าจะเรียนภาษาจีนที่นี่เป็นเวลา ๒ ปี

乙：是的，我要在这儿学习两年汉语。

ก：จ๋าชอบนครหนานหนิงไหม

甲：查喜欢南宁吗?

ข：ชอบค่ะ นครหนานหนิงเป็นเมืองสีเขียว น่าอยู่ อาหารก็อร่อยดี

乙：喜欢，南宁是绿城，适合居住，东西好吃。

ก：ดีใจจังที่คุณชอบเมืองนี้ ว่าง ๆ ลี่ลี่จะพาจ๋าไปเที่ยวในเมือง

甲：很高兴你喜欢这个城市，有空的话我可以带你到城里玩玩。

ข：นอกจากเที่ยวแล้ว ก็อยากชิมของอร่อย ๆ ของเมืองนี้ด้วยนะ

乙：除了玩，我还想品尝一下这个城市的美食。

ก：ได้ค่ะ ยินดีพาไป

甲：可以的，我乐意带你去。

ข：ขอบคุณมาก และดีใจที่ได้รู้จักกัน

乙：多谢了，很高兴能认识你。

บทสนทนาที่ ๒ การแนะนำคนในครอบครัว
会话 2 介绍家人

(ที่เมืองไทย หนิงแนะนำคนในครอบครัวให้แฟนรู้จักกัน)
（在泰国，宁把家里人介绍给男朋友。）

ก：คุณโชคคะ นี่คุณพ่อคุณแม่ของฉันค่ะ

甲：卓，这是我爸爸妈妈。

ข：สวัสดีครับ

乙：你们好!

ก：แล้วนี่คุณตา คุณยายค่ะ อายุ ๘๐ กว่าแล้วนะคะ

甲：这两位是外公外婆，都80多岁了。

ข：สวัสดีครับ

乙：外公外婆好！

ก：คนนี้คุณลุงค่ะ เป็นข้าราชการกระทรวงการต่างประเทศ

甲：这位是大舅，是在外交部工作的公务员。

ข：สวัสดีครับ

乙：大舅好！

ก：และผู้หญิงสวย ๆ คนนี้นะคะ คุณน้า เป็นเจ้าของร้านทอง
แถวเยาวราชนะคะ

甲：这位美女呢，是小姨，耀华力路一带金店的老板。

ข：สวัสดีครับ

乙：小姨好！

ก：แล้วน้องสองคนนี้นะคะ คือน้องบัวกับน้องโบ น้องบัวเพิ่งเรียนจบ
จากมหาวิทยาลัย กำลังหางานอยู่ ส่วนน้องโบกำลังเรียนอยู่ที่
มหาวิทยาลัยเกษตรศาสตร์

甲：至于这两个妹妹，一个是小普，一个是小波，小普刚刚大学毕
业，正找工作；而小波正在农业大学读书。

ข：สวัสดีครับ

乙：你们好！

ก：โชคคะ รู้จักทุกคนในครอบครัวแล้วนะคะ

甲：卓，这就是我的大家庭。

ข：ยินดีครับ รู้สึกว่าเป็นครอบครัวใหญ่ อบอุ่นดีนะครับ

乙：很高兴认识各位，真是温暖的大家子！

บทสนทนาที่ ๓ การแนะนำเพื่อน
会话 3　　　　介绍朋友

(ที่ประเทศจีน เพื่อนของหยางฟางแนะนำหยางฟางให้รู้จักกับหลี่เฉียง)
（在中国， 杨芳的朋友把她介绍给李强认识。）

ก：หยางฟาง ขอแนะนำเพื่อนของฉัน ชื่อหลี่เฉียง
甲：杨芳，介绍一下我的朋友，李强。

ข：สวัสดีค่ะ ยินดีที่ได้รู้จักค่ะ
乙：你好，很高兴认识你。

ค：เช่นกันครับ
丙：我也很高兴认识你。

ข：คุณหลี่ตอนนี้ทำงานที่ไหนคะ
乙：李先生现在在哪儿工作？

ค：ผมเป็นไกด์ ทำงานที่บริษัททัวร์ คุณหยางล่ะครับ
丙：我是导游，在旅行社工作，杨小姐呢？

ข：ดิฉันเป็นอาจารย์สอนภาษาไทยที่มหาวิทยาลัยชนชาติกว่างซีค่ะ
乙：我是广西民族大学的泰语老师。

ค：หรือครับ ผมก่มีเพื่อนคนหนึ่งสอนภาษาเวียดนามที่น่นเหมือนกน
丙：是吗？我有一个在那儿教越南语的朋友。

ข：เพื่อนชื่ออะไรคะ
乙：朋友叫什么名字？

ค：ชื่อหวังตานครับ ตัวสูง ผิวขาว หน้าตาดี
丙：叫王丹，个子高，皮肤白，长得不错。

ข：เป็นคนที่ร่าเริง ชอบยิ้ม ใช่ไหม
乙：她是不是性格活泼开朗，并且爱笑？

ค：ใช่ครับ
丙：没错。

ข: ดิฉันรู้จักค่ะ เป็นเพื่อนร่วมงานที่เดียวกัน

乙：我认识，是在一起工作的同事。

ค: ดีใจจัง นี่นามบัตรของผม มีธุระอะไรติดต่อได้นะครับ

丙：真高兴，这是我的名片，有什么事情可以联系。

ข: ขอบคุณค่ะ

乙：谢谢。

บทสนทนาที่ ๔ การแนะนำหมู่คณะ
会话 4　　集体介绍

(ในประเทศไทย คณะผู้แทนการค้าจีนเยือนบริษัท เจริญโภคภัณฑ์อาหาร จำกัด ทั้งสองฝ่ายพบกันและทำความรู้จักกัน)

（在泰国，中国商务代表团访问泰国正大食品有限公司，双方见面后互相介绍。）

ก: สวัสดีครับ ผมชื่อหลินเสียง เป็นหัวหน้าคณะการค้าจีนครับ

甲：您好！我叫林祥，是中国商务代表团的团长。

ข: ยินดีต้อนรับครับ ผมชื่อวิโรจน์ อาภรกร เป็นรองผู้จัดการของบริษัท เจริญโภคภัณฑ์อาหาร จำกัด

乙：欢迎欢迎！我叫威洛·阿朋坤，是泰国正大食品有限公司的副总经理。

ก: ดีใจที่มีโอกาสพาคณะมาเยือนบริษัทท่านครับ ก่อนอื่น ผมขอแนะนำสมาชิกของคณะเราให้รู้จักกันก่อนครับ

甲：我非常高兴有机会带领代表团来贵公司访问，首先请让我介绍一下我们代表团的成员。

ข: ดีครับ

乙：好的。

ก：ท่านแรก คุณหลี่หลิน เป็นรัฐมนตรีว่าการกระทรวงพาณิชย์จีนครับ

甲：第一位是李林，是中国商务部部长。

ข：ยินดีต้อนรับครับ

乙：欢迎欢迎！

ก：ท่านต่อไป คุณจังเฟย เป็นอธิบดีกรมพาณิชย์มณฑลกว่างซีครับ

甲：下一位是张飞，广西商业厅厅长。

ข：ยินดีต้อนรับครับ

乙：欢迎欢迎！

ก：ท่านที่สาม คุณเจิ้งลู่ เป็นหัวหน้ากองพาณิชย์เมืองหนานหนิงครับ

甲：第三位是郑露，南宁市商业局局长。

ข：ยินดีต้อนรับครับ

乙：欢迎欢迎！

ก：ส่วนท่านสุดท้าย คุณหยางหมิง เป็นผู้จัดการของบริษัทนำเข้า-ส่งออก
กว่างซีครับ

甲：最后一位是杨明，广西进出口公司经理。

ข：ครับ ยินดีที่ได้รู้จักกับทุกท่าน และผมก็ขอแนะนำบุคคลฝ่ายเราให้
รู้จักกันครับ

乙：很高兴认识各位，我也介绍一下我们这边的人员。

ก：ครับ

甲：好的。

ข：ท่านแรก คุณชาตรี สำราญ เป็นผู้จัดการของบริษัทเราครับ

乙：第一位是查德里·善兰，是我们公司的经理。

ก：สวัสดีครับ

甲：您好！

ข：ท่านต่อไป คุณสมหมาย เปรมจิตต์ หัวหน้าแผนกการผลิตครับ

乙：第二位是颂麦·本吉，生产科科长。

ก：สวัสดีครับ

甲：您好！

ข: ท่านถัดไป คุณจินดา อนุพันธ์ หัวหน้าแผนกการตลาดครับ

乙: 接下来一位是金达·阿奴潘，销售科科长。

ก: สวัสดีครับ

甲: 您好!

ข: ท่านสุดท้าย คุณกัลยา วงศ์เจริญ เลขานุการแผนกต้อนรับครับ

乙: 最后一位是甘拉雅·翁乍伦，接待科秘书。

ก: ขอบคุณมากครับ คณะเรารู้สึกเป็นเกียรติอย่างยิ่งที่มีโอกาสมาเยือน
และรู้จักกับทุกท่าน

甲: 非常感谢! 有机会访问贵公司，并且与各位认识，我们代表团
感到非常荣幸!

ข: เช่นเดียวกัน ทางบริษัทเรายินดีเป็นอย่างยิ่งที่มีโอกาสต้อนรับคณะ
ของท่าน และยินดีจะอำนวยความสะดวกทุกอย่างให้แก่คณะของท่าน
นะครับ

乙: 同样，我们公司也非常高兴有机会接待贵团，并且愿意为贵团
提供一切便利。

ก: ขอบคุณมากครับ

甲: 非常感谢。

🎧 ▍ คำศัพท์　词汇表

ชื่อ　名字	ชื่อเล่น　小名
แนะนำ　介绍	รู้จัก　认识
ผู้หญิง　女人	เบอร์โทร　电话号码
มัคคุเทศก์　导游	อาจารย์　老师
คนเหนือ　北方人	นามบัตร　名片
เสฉวน　四川	เฉิงตู　成都
กรุงเทพฯ　曼谷	เชียงใหม่　清迈

น่าอยู่　宜居

ยินดี　高兴，乐意

ชิม　品尝

แฟน　恋人，情人，爱人

ข้าราชการ　公务员

เจ้าของ　主人，老板

เยาวราช　耀华力（路）

หางาน　找工作

ครอบครัว　家庭

ไกด์（guide）　导游

ทัวร์（tour）　旅行

ชนชาติ　民族

หน้าตา　相貌，脸面

นิสัย　性格，脾气

เพื่อนร่วมงาน　同事

คณะผู้แทน　代表团

การค้า　商务

ซึ่งกันและกัน　相互

ผู้จัดการ　经理

กรุณา　请

รัฐมนตรี　部长

พาณิชย์　商业

กอง　局

ส่งออก　出口

แผนก　科，部门

อำนวย　提供，给

เที่ยว　玩，旅游

หนานหนิง　南宁

สีเขียว　绿色

อายุ　年龄

ต่างประเทศ　国外

ร้านทอง　金店

มหาวิทยาลัย　大学

เกษตรศาสตร์　农业

อบอุ่น　温暖

บริษัท　公司

ภาษาไทย　泰语

ภาษาเวียดนาม　越南语

ค่อนข้าง　相当

ร่าเริง　活泼，快乐

ติดต่อ　联系

หัวหน้า　队长，班长，科长

เยือน　访问

ต้อนรับ　欢迎

รอง　副，次

สมาชิก　成员

กระทรวง　部

กรม　厅

นำเข้า　进口

บุคคล　人

เป็นเกียรติ　荣幸

ความสะดวก　便利

ข้อสังเกต 注释

1. เป็น 多义词，主要意思有：

（1）系动词，意思是“是”，说明主语的性质、作用和职位。例如：

ผมเป็นนักศึกษา　我是大学生。

พ่อเขาเป็นนักดนตรี　他的爸爸是音乐家。

กรุงเทพฯ เป็นเมืองหลวงของประเทศไทย　曼谷是泰国的首都。

（2）动词，意思是“做，当，担任”。例如：

จังหมิงเป็นหัวหน้าชั้นเรา　张明担任我们班班长。

เมื่อเรียนจบ เขาอยากจะเป็นหมอ　毕业后，他想当医生。

สมัยนี้เป็นดาราวยกว่าเป็นนักวิทยาศาสตร์

这个年代，做明星比做科学家要富裕。

（3）动词，意思是“生病，患病，患”。例如：

คุณไม่สบาย เป็นอะไรหรือ　你不舒服，生病了吗？

เขาเป็นหวัด ไม่สบายมาหลายวัน　他感冒了好几天。

（4）助动词，意思是“能，会”，常置于动词或动宾结构后面，表示具备某种能力。例如：

เขาว่ายน้ำเป็น　他会游泳。

ฉันทำอาหารไทยไม่เป็น　我不会做泰国菜。

（5）形容词，意思是“活着的”。例如：

ฉันไม่กล้าฆ่าสัตว์เป็น ๆ　我不敢杀活着的动物。

เขาชอบซื้อปลาเป็นไปทำกับข้าว　他喜欢买活鱼去做菜。

2. ยินดี 动词，多义词，主要意思有：

（1）“高兴，喜悦”。例如：

ยินดีต้อนรับท่านมาเยือนมหาวิทยาลัยเราค่ะ

热烈欢迎您来我校访问。

ผมรู้สึกยินดีเป็นอย่างยิ่งที่มีโอกาสมาดูงานที่นี่
我感到非常高兴能有机会来这儿考察。

（2）“愿意，乐意”。例如：

ดิฉันยินดีให้ความช่วยเหลือคุณเสมอ 我很乐意随时帮助您。
รัฐบาลจีนยินดีที่จะร่วมมือกับประเทศต่าง ๆ เพื่อพัฒนาเศรษฐกิจร่วมกัน
中国政府很乐意与各国携手合作发展经济。

（3）“祝贺”，常见于固定短语 แสดงความยินดี 。例如：

ดิฉันขอแสดงความยินดีที่คุณได้เลื่อนตำแหน่ง 我祝贺你升职了。
ผมขอแสดงความยินดีที่คุณประสบความสำเร็จในหน้าที่การงาน
我恭喜你在工作上取得成就。

คำศัพท์เพิ่มเติม 补充词汇

ขอบใจ 谢谢
โรงงาน 工厂
พนักงาน 职员
พ่อค้า （男）商人
นักเขียน 作家
เจ้าหน้าที่ 工作人员
นักธุรกิจ 企业家
กรรมการ 董事
คนเก็บเงิน 收银员
บัญชี 会计
พนักงาน 职工
ช่างไฟฟ้า 电工
ช่างออกแบบ 设计师
ครูใหญ่ （小学）校长
ร้านอาหาร 饭店，餐馆
โรงพยาบาล 医院
หมอ 医生
แม่ค้า （女）商人
นักแสดง 演员
นักเรียน （中小）学生
ผู้อำนวยการ 主任，厂长，校长
กรรมการผู้จัดการ 执行董事
คนขาย 销售员
นายหน้า 中介
เสมียน 文员
ช่างเสริมสวย 美容师
ช่างภาพ 摄影师
อาจารย์ใหญ่ （中学）校长

อธิการบดี	（大学）校长	ด็อกเตอร์（doctor）	博士
ศาสตราจารย์	教授	รองศาสตราจารย์	副教授
นักวิจัย	研究员	กวี	诗人
นักร้อง	歌唱家	นักดนตรี	音乐家
จิตรกร	美术家	ศิลปิน	艺术家
นักการทูต	外交家	นักการเมือง	政治家
นายกรัฐมนตรี	总理	ประธานาธิบดี	总统
สามี	丈夫	ภรรยา	妻子

รูปประโยคเพิ่มเติม　句型拓展

...ไม่ใช่...	……不是……
จบจาก...	从……毕业
รู้จัก...หรือยัง	认识……了吗?
เคยพบ...หรือยัง	曾见……吗?

แบบฝึกหัด　练习

一、根据中文意思完成下列填空。

1. ดิฉันชื่อแก้วค่ะ คุณ ＿＿＿＿＿＿＿ อะไร
   我叫娇，你叫什么名字?

2. คุณนิด＿＿＿＿＿＿＿ไหนคะ
   小妮你来自哪里?

3. ผู้ชายที่กำลังพูดอยู่＿＿＿＿＿＿＿
   正在说话的男子是谁?

4. ผมยังไม่＿＿＿＿＿＿＿อาจารย์คนใหม่ของเราเลย
   我还不认识我们的新老师呢。

5. พ่อเขาเป็น_____ ทำงานที่กระทรวงศึกษาธิการ

他的爸爸是教育部的公务员。

二、用泰语表达下列句子。

1. 你叫什么名字？你有小名吗？

2. 我叫王强，我没有小名。

3. 这是我姐姐，叫张霞。

4. 这位是我们公司的经理——张先生。

5. 你来自哪个国家？

6. 我是南方人，家住桂林。

7. 你认识王菲的新朋友吗？

8. 我在盘谷银行工作。

9. 我是泰国商会大学的留学生。

10. 这是我的电话号码和名片，日后打电话联系。

三、用泰语模拟下列情景进行对话。

1. 介绍新同学。

2. 介绍新朋友给家里人。

3. 朋友间自我介绍。

4. 介绍公司里的新职员给大家。

ความรู้ที่เกี่ยวข้อง **常识**

泰国的一些传统礼貌

泰国人注重礼仪礼貌，除了见面或告别时常见的合十礼，泰国人的传统礼貌还体现在一些动作举止上，比如"坐"的姿势与"行"的姿势都有所讲究。

坐姿。传统上，泰国的一般家庭习惯进屋后脱鞋子，席地而坐。虽然当今许多人的家里都有椅子或沙发等坐具，但不少人还习惯在家里或在一些场合（比如寺庙里或单位里的休息场所、佛堂等）保持席地而坐的习惯。不仅如此，许多学校的学生在一起做小组讨论或小组作业，或者朋友、熟人一起从事某项活动如聚在一起聊天时，也常喜欢席地而坐。俗话说"站有站姿，坐有坐态"。泰国人席地而坐也有所讲究，一般的坐姿有两种。一种是跪坐，男子一般两腿跪地，脚尖直立登地，臀部坐在脚跟上，上身挺直，双手放在大腿上。女子则脚背贴地，其他动作与男子相同。另一种是叠腿侧坐，男子两膝盖间稍留距离，双手可叠放在膝盖上或自然下垂。女子则两膝盖紧靠，脚尖向后，两手相叠放在膝盖上，也可一手着地一手放在大腿上。在一般情况下，如果用叠腿侧坐，可以灵活更换双腿，避免劳累。还可以配合躬身等姿势来对长辈表达各种敬意，其姿态相对优雅。此外，有一种坐姿叫"盘腿坐"。盘腿坐可用在同辈或朋友熟人圈里，用在长辈或上级面前则视为不礼貌。

行态。在一些重要场合，比如会议或活动中，泰国人在经过长辈、领导、上司或权贵人物面前时，往往会两腿微屈，躬身而过，有时还得说一声"对不起"以示礼貌。在日常走路时，见到长辈迎面走来，则要闪在一边，让他们先过。如有机会与长辈、要人同行时，往往需要保持一定的距离。

บทที่ ๓ การสอบถาม
第三课　问询

รูปประโยคพื้นฐาน　基本句型

... ไปยังไง	……怎么走？
ช่วยบอกทางไป...	请问去……的路怎么走？
ทางนี้ไป...หรือเปล่า	这条路去……吗？
...ไปทางไหน	……走哪条路？
...อยู่ที่ไหน	……在哪儿呢？
...อยู่ใกล้กับ ...	……在……附近。
...อยู่ติดกับ...	……与……相邻。
...อยู่ตรงข้ามกับ...	……在……对面。
ไกลจาก...	远离……
จาก... ถึง...	从……到……
ไม่ทราบว่า...	请问……

ประโยคทั่วไป　常用句子

สถานีรถไฟไปยังไง	火车站怎么走？
ช่วยบอกทางไปเขาชิงซิ่วซานหน่อยได้ไหม	请问去青秀山的路如何走？
ทางนี้ไปโรงพยาบาลเหรินหมินหรือเปล่า	这条路去人民医院吗？
วัดพระแก้วไปทางไหน	玉佛寺走哪条路？
รถสายไหนไปถนนข้าวสาร	哪路车去考山路？
ขอโทษ ไปสยามสแควร์นั่งรถสายไหนคะ	请问，到暹罗广场坐哪路车？
ป้ายหน้าป้ายอะไร	下一站是哪一站？

รถเมล์คันนี้ผ่านวัดพระแก้วหรือเปล่าคะ 这辆公车经过玉佛寺吗？

ต้องเปลี่ยนรถไหม 要换乘吗？

สนามบินไกลจากใจกลางเมืองไหม 飞机场离市中心远吗？

ที่นี่มีร้านอาหารจีนไหม 这有中国餐厅吗？

ที่ไหนมีการ์ดโฟน(บัตรโทรศัพท์)ขายคะ 哪儿有电话卡卖？

ขอโทษ ห้องน้ำอยู่ที่ไหน 请问，洗手间在哪儿？

มีอะไรให้ช่วยไหมครับ 需要帮什么吗？

ซื้อตั๋วได้ที่ไหน 在哪儿可以买到票？

คุณจองไว้หรือเปล่า 您预订了吗？

ไม่ทราบว่าต้องจ่ายเงินที่ไหน 请问在哪付钱？

ไม่ไกลค่ะ นั่งรถเมล์แค่ ๑๐ นาที 不太远，坐公车仅10分钟。

ธนาคารอยู่ทางซ้ายมือ 银行在左手边。

เดินตรงไปอีกนิดหนึ่งก็ถึงแล้วค่ะ 再直走一会儿就到了。

เดินตรงไป แล้วเลี้ยวขวาตรงไฟแดง 直走然后在红绿灯处右转。

ต้องการเวลา ๗ วันทำการค่ะ 需要7个工作日。

ผมอยากจะสอบถามข้อมูลการเดินทางครับ 我要咨询有关旅行的信息。

ขอโทษครับ ผมก็ไม่ทราบเหมือนกัน 对不起，我也不知道。

🎧 การสนทนา 情景对话

บทสนทนาที่ ๑ ถามทาง (๑)
会话1　　问路（1）

(หน้ามหาวิทยาลัยชนชาติกว่างซี นักศึกษาคนหนึ่งถามทางจากยามที่ยืนอยู่หน้าประตู)
（在广西民族大学门前，一位学生向学校的门卫问路。）
ก：สวัสดีครับพี่ ผมอยากไปร้านหนังสือหนานหนิง ไม่ทราบว่าไป

ยังไงครับ

甲：你好！我想去南宁书店，请问该怎么走？

ข：ร้านหนังสือหนานหนิงมีหลายสาขา ไม่ทราบว่าน้องจะไปสาขาไหนครับ

乙：南宁书店有好几个分店，你要去哪一个呀？

ก：ไปสาขาใหญ่สุดครับ

甲：去总店。

ข：สาขาใหญ่สุดอยู่ถนนซินหัวครับ ใกล้ใจกลางเมือง

乙：总店在新华路，市中心的附近。

ก：จะนั่งรถเมล์สายอะไรไปได้ครับ

甲：要坐哪一路公车去呢？

ข：ไม่มีรถเมล์สายตรงครับ น้องต้องนั่งรถเมล์ไปลงในเมืองแล้วเดินต่อครับ

乙：没有直达车，你可以坐公车到市区，然后再走着去。

ก：แล้วมีรถเมล์สายอะไรบ้างที่ไปในเมืองครับ

甲：那么到市中心有哪一路车呢？

ข：มีสาย ๔ สาย ๕๔ และสาย ๗๖ ครับ ถ้านั่งสาย ๔ ต้องลงหน้าห้างสรรพสินค้าหนานหนิง ถ้านั่งสาย ๕๔ หรือ สาย ๗๖ ต้องลงหน้าซุปเปอร์มาเก็ตวอลมาร์ตครับ

乙：有4路、54路与76路，如果坐4路车，要在南宁百货大楼下车，坐 54路或76路的话就在沃尔玛超市那边下。

ก：นั่งสายไหนจะสะดวกและเร็วที่สุดครับ

甲：坐哪一路车更方便快捷呢？

ข：สาย ๔ จะเร็วที่สุด เพราะสุดสายก็คือห้างสรรรพสินค้าหนานหนิง

乙：坐4路车最快，因为4路车的终点站就是南宁百货大楼了。

ก：ลงรถแล้วต้องเดินไปอย่างไรครับ

甲：下车之后要怎么走呢？

ข: พอลงรถก็เดินตรงไปถึงสี่แยกไฟแดง แล้วเลี้ยวขวาก็ถึงถนนซินหัว

乙：下车后就往前走到十字路口，然后右拐就到新华路了。

ก: พอถึงถนนซินหัวแล้ว ต้องเดินต่อไปอีกไกลไหม

甲：到了新华路后，要往前走远吗？

ข: ไม่ค่อยไกลเท่าไร ประมาณ ๑๐ นาทีก็ถึง ร้านหนังสืออยู่ทางซ้ายมือ
ตรงข้ามกับโรงพยาบาลหนานหนิงครับ

乙：不太远，大约10分钟就到了。书店在左手边，南宁医院的对
面。

ก: เข้าใจแล้วครับ ขอบคุณมาก

甲：清楚了，多谢！

บทสนทนาที่ ๒ ถามทาง (๒)
会话2　　　问路（2）

(ที่โรงแรมดิเอมเมอรัลด์ นักท่องเที่ยวคนจีนถามวิธีไปวัดพระแก้วจาก
พนักงานคนไทย)

（在泰国曼谷绿宝石酒店，中国游客向酒店职员询问到玉佛寺的路
线。）

ก: สวัสดีครับ ไม่ทราบว่าจากโรงแรมไปวัดพระแก้วไกลไหม

甲：你好，从酒店到玉佛寺远吗？

ข: ไกลเหมือนกันค่ะ

乙：挺远的。

ก: ถ้านั่งแท็กซี่ไปต้องใช้เวลานานเท่าไร

甲：打的去要花多长时间？

ข: ประมาณ ๔๐ นาที ค่าแท็กซี่ประมาณ ๒๐๐ บาท

乙：大概40分钟，费用大约200泰铢。

ก: มีรถเมล์สายตรงไหม

甲：有公车直达那里吗？

ข：ไม่มีค่ะ ต้องต่อรถไปอีก

乙：没有，要换乘。

ก：ต่อรถที่ไหนครับ

甲：在哪儿换乘呢？

ข：ต่อที่อนุสาวรีย์ชัยฯ ค่ะ

乙：在胜利纪念碑换乘。

ก：แล้วจากที่นี่ไปอนุสาวรีย์ชัยฯ มีรถเมล์สายอะไรบ้างครับ

甲：从这儿到胜利纪念碑有哪路车呢？

ข：มีสาย ๓๔ และสาย ๗๓ ค่ะ

乙：34 路与73 路。

ก：รถไฟใต้ดินผ่านอนุเสาวรีย์ชัยฯไหม

甲：地铁经过胜利纪念碑吗？

ข：ไม่ผ่านค่ะ ถ้าอยากนั่งรถไฟใต้ดินจริง ๆ คุณก็นั่งไปลงที่ป้ายสีลม
แล้วค่อยต่อรถเมล์ไปวัดพระแก้วก็ได้

乙：不经过，如果乘坐地铁，你可以到达是隆站，然后换乘公车去
玉佛寺。

ก：ก็ดีเหมือนกันนะ แต่ไม่ทราบว่าจากสีลมไปวัดพระแก้วต้องต่อรถสาย
อะไรอีก

甲：也好，但不知道从是隆站到玉佛寺要换乘哪一路车呢？

ข：ดิฉันก็ไม่แน่ใจนะ แต่คุณสามารถไปถามคนแถวนั้นก็ได้

乙：我也不太清楚，但你可以向那一带的人询问。

ก：ดูจากแผนที่ วัดพระแก้วอยู่ใกล้แม่น้ำเจ้าพระยา ใช่ไหม

甲：从地图上看，玉佛寺很靠近湄南河是吗？

ข：ใช่ค่ะ แถวนั้นมีท่าน้ำหลายท่า คุณจะไปนั่งเรือชมวิวสองฝั่ง
แม่น้ำเจ้าพระยาได้เลย

乙：是的，那一带有好几个码头，你可以乘船观赏湄南河两岸风景。

ก: เดินจากวัดพระแก้วไปท่าน้ำไกลไหม

甲: 从玉佛寺走到码头远吗?

ข: เดินไปประมาณ ๑๐ นาที คุณนั่งรถตุ๊ก ๆ ไปก็ได้ ประมาณ ๓๐
บาทเอง

乙: 走大约10分钟,你可以乘坐嘟嘟三轮车去,约 30 泰铢而已。

ก: ดีจัง ขอบคุณมากนะครับ

甲: 真好,非常感谢。

ข: ค่ะ ยินดีค่ะ

乙: 不客气。

บทสนทนาที่ ๓ สอบถามผ่านศูนย์สอบถาม
会话3　　　　通过咨询中心问询

(ที่เมืองจีน ข้าราชการคนหนึ่งกำลังโทรศัพท์สอบถามข้อมูลการเดินทางโดยผ่าน
ศูนย์ข้อมูล 114)

（在中国，一位公务员正向 114 电话咨询服务中心咨询旅行信息。）

ก: ฮัลโหล ที่นี่ศูนย์ข้อมูล 114 ค่ะ มีอะไรที่ให้ดิฉันรับใช้คะ

甲: 您好,这里是114电话咨询服务中心,有什么可以帮您的?

ข: ผมอยากสอบถามเรื่องเที่ยวบินครับ

乙: 我想咨询一下航班。

ก: ท่านต้องการเดินทางไปไหนคะ

甲: 您要去哪儿呢?

ข: ผมจะเดินทางไปนครเซี่ยงไฮ้วันที่ ๓ สิงหาคมนี้ ไม่ทราบว่ามีเที่ยวบิน
อะไรบ้างครับ

乙: 我8月3日要到上海 , 不知道有什么航班?

ก: กรุณารอสักครู่นะคะ ดิฉันจะเช็คให้ค่ะ

甲: 请等一会儿,我查查看。

ข：ครับ

乙：好的。

ก：ขอบคุณที่รอค่ะ วันที่ ๓ สิงหาคม จากหนานหนิงไปเซี่ยงไฮ้มีเที่ยวบินทั้งหมด ๕ เที่ยว ท่านต้องการเดินทางช่วงเช้า เที่ยง บ่าย หรือเย็นคะ

甲：谢谢您的等待，8月3日从南宁到上海的航班一共有5次，您需要哪个时间段的航班呢，上午、中午、下午还是晚上？

ข：ช่วงเช้าครับ

乙：上午。

ก：ช่วงเช้ามีเที่ยว MU9404 เวลาออก ๖ โมง ราคา ๑，๔๒๗ หยวน ไม่ทราบว่าท่านต้องการจะจองไหมคะ

甲：上午有MU9404，早上6点出发，票价1,427元，您要预订吗？

ข：จองครับ (หลังให้ข้อมูลส่วนตัวเรียบร้อย)

乙：是的。（提供个人资料后）

ก：ไม่ทราบว่าท่านต้องการจะสอบถามอะไรอีกไหมคะ

甲：请问您还有什么需要咨询的吗？

ข：ไม่มีแล้วครับ ขอบคุณมากครับ

乙：没有了，非常感谢。

ก：ขอบคุณที่ใช้บริการศูนย์ 114 สวัสดีค่ะ

甲：谢谢您致电114，再见！

บทสนทนาที่ ๔ การสอบถามผ่านหน่วยงาน
会话4　　向机构部门问询

(ที่กระทรวงแรงงานไทย คนจีนคนหนึ่งสอบถามเจ้าหน้าที่คนไทยเรื่องขอใบอนุญาตทำงาน)

（在泰国劳动部，一名中国人正向一名泰国工作人员咨询办理工作证的事宜。）

ก：สวัสดีค่ะ ดิฉันอยากขอใบอนุญาตทำงาน ไม่ทราบว่าจะต้องทำอย่างไรบ้างคะ

甲：你好，我想办工作证，不知道如何办理？

ข：คุณขอใบอนุญาตทำงานเป็นครั้งแรกใช่ไหมคะ

乙：您是第一次申请办理工作证吗？

ก：ใช่ค่ะ

甲：是的。

ข：คุณได้ถือวีซ่าประเภทธุรกิจหรือเปล่า ถ้าถือประเภทอื่น ๆ จะดำเนินเรื่องขอใบอนุญาตทำงานไม่ได้

乙：您是持商务签证吗？如果是别的签证将不能办理工作证。

ก：ค่ะ ดิฉันถือวีซ่าประเภทธุรกิจ ดิฉันเป็นพนักงานของบริษัทแซดทีอี (ไทยแลนด์) จำกัด

甲：是的，我是持商务签证，我是中兴通讯（泰国）有限公司的职员。

ข：กรุณาไปรับแบบฟอร์มการยื่นขอใบอนุญาตทำงานที่เคาน์เตอร์ ๑ กรอกแบบฟอร์มและเตรียมเอกสารต่าง ๆ ตามที่ระบุไว้ในแบบฟอร์มนะคะ

乙：请您到一号柜台领取工作证申请表，您要填写申请表，同时按照表格的说明准备好各种申请资料。

ก：กรอกแบบฟอร์มด้วยภาษาไทยหรือภาษาอังกฤษคะ

甲：表格用泰文填写还是英文填写？

ข：ภาษาไทยค่ะ ถ้าคุณเขียนไม่เป็น จะให้เพื่อนคนไทยหรือเลขาฯ ของบริษัทช่วยก็ได้

乙：用泰文填写，如果您不会写，可以让泰国朋友或者公司的秘书帮忙。

ก：แล้วการยื่นขอใบอนุญาตทำงาน จะให้ตัวแทนมาดำเนินการได้ไหม

甲：我可以找人代理申请工作证吗？

ข：ไม่ได้ค่ะ การยื่นขอครั้งแรก ผู้ยื่นต้องมาเอง

乙：不可以，第一次申请必须申请人亲自来。

ก：ถ้าเอกสารต่าง ๆ พร้อมแล้ว ดิฉันไปยื่นขอที่ไหนคะ

甲：如果各种资料准备齐全了，我要在哪儿递交申请？

ข：ที่เคาน์เตอร์ ๒ ค่ะ เมื่อเจ้าหน้าที่ตรวจเอกสารเรียบร้อยแล้ว คุณจะต้องไปจ่ายค่าธรรมเนียมที่เคาน์เตอร์ชำระเงิน

乙：在第二号柜台，工作人员检查好您的资料后，您得去收银台支付手续费。

ก：ค่าธรรมเนียมเท่าไรคะ

甲：手续费多少钱？

ข：๑,๐๐๐ บาท

乙：一千泰铢。

ก：แล้วกระทรวงแรงงานจะออกใบอนุญาตทำงานให้เมื่อไรคะ

甲：那么劳工部什么时候可以发工作证？

ข：หลังส่งเอกสารต่าง ๆ และจ่ายเงินเรียบร้อย ๑ สัปดาห์ คุณต้องเอาใบเสร็จมารับใบอนุญาตทำงานค่ะ

乙：上交好各种资料并交付手续费后的一个星期，您就可以持发票来领取工作证了。

ก：ที่นี่เปิดทำการทุกวันหรือเปล่าคะ

甲：这儿每天办公吗？

ข：เสาร์อาทิตย์หยุดนะคะ วันธรรมดาเปิดตั้งแต่ ๘ โมงเช้าจนถึง ๕ โมงเย็นค่ะ

乙：星期六、星期天休息，平常日从早上8点开到下午5点。

ก：ขอบคุณมาก

甲：谢谢！

คำศัพท์ 词汇表

โรงพยาบาล 医院
รถเมล์ 公共汽车
สยามสแควร์（Siam Square）暹罗广场
การ์ดโฟน（card phone）电话卡
เลี้ยว 转
ยาม 门卫，警卫
ซุปเปอร์มาเก็ต（supermarket）超市
วอลมาร์ต（wal-mart）沃尔玛超市
ประมาณ 大约
โรงแรมดิเอมเมอรัลด์ 绿宝石酒店
พอสมควร 相当
ต่อรถ 换乘
รถไฟใต้ดิน 地铁
ท่าน้ำ 码头
ชมวิว 观景
สอบถาม 询问
เช็ค（check）查看
วีซ่า（visa）签证
อนุญาต 准许
ยื่นขอ 申请
เอกสาร 资料
มอบหมาย 授权
เลขานุการ 秘书
ค่าธรรมเนียม 手续费
โรงแรม 酒店

วัดพระแก้ว 玉佛寺
เปลี่ยนรถ 转乘
สถานีรถไฟ 火车站
หัวมุม 角落
ไฟแดง 红灯
สาขา 分部，分店
สุดสาย 终点
สี่แยกไฟแดง 十字路口
อยู่ตรงข้าม 在……对面
พนักงาน 工作人员
แท็กซี่（taxi）出租车
อนุสาวรีย์ชัยฯ 胜利纪念碑
แผนที่ 地图
ล่องเรือ 游船
รถตุ๊ก ๆ 嘟嘟三轮车
เที่ยวบิน 航班
จอง 订购
ธุรกิจ 商务，事务
แบบฟอร์ม 表格
เคาน์เตอร์（counter）柜台
ตัวแทน 代表
เลขา 秘书
จ่าย 支付
ใบเสร็จ 发票

ข้อสังเกต 注释

1. อยู่ 动词，多义词，主要意思有：
（1）"居住，住"。例如：

เขาอยู่บ้านหลังนี้มาหลายปีแล้ว 他住这间房子已经很多年了。

ฉันยังอยู่ในเมืองนี้ ไม่ได้ย้ายไปอยู่ที่ไหน

我还居住在这个城市里，没有搬去哪儿。

（2）"在，活着"，表示存在某种动作或状态。例如：

วันนี้เขาอยู่บ้าน ไม่ได้ไปไหน 今天他在家，没有去哪儿。

ปู่เขายังอยู่ ยังไม่ตาย 他的爷爷还活着，没有离世。

（3）"…… 着"，用在动词后，表示某种动作或状态依然持续

着，常以 "กำลัง...อยู่" 形式出现。例如：

ผมกำลังทานข้าวอยู่ 我正在吃着饭。

อย่าไปกวนเขา เขากำลังทำงานอยู่ 别去吵他，他正在工作。

（4）อยู่ๆ 副词，表示 "突然，突如其来，莫名其妙"。例如：

อยู่ๆ เธอมาว่าฉันทำไม 你干吗莫明奇妙骂起人来？

อยู่ๆ เขาก็หายไป ทำให้คนในบ้านเดือดร้อนมาก

他突然失踪了，家里人非常着急。

2. พอ......ก็ 连词词组，意思是 "一…… 就"，用于连接两个在紧接
的时间内发生的事情。例如：

พอฝนหยุด ฉันก็กลับบ้าน 雨一停，我就回家。

พอเลิกเรียน นักเรียนก็รีบออกจากห้องเรียน

一下课，学生就赶紧走出教室。

พอทานข้าวเสร็จ เขาก็รีบหยิบหนังสือมาอ่าน

一吃完饭，他就马上拿起书来看。

3. รับใช้ 动词，有 "服务，服侍，效劳" 等意思。例如：

ลูกๆ โตขึ้นต้องรู้จักรับใช้พ่อแม่ 孩子长大了要懂得服侍父母。

ทหารต้องคอยรับใช้ประเทศชาติ 士兵要时刻为国效劳。
มีอะไรที่ให้ดิฉันรับใช้ไหมคะ 有什么需要我效劳的吗？
หน้าที่ของฉันก็คือรับใช้ประชาชน
我的工作职责就是为人民服务。

คำศัพท์เพิ่มเติม　补充词汇

ที่นี่ 在这	ที่นั่น 在那
ทางนี้ 这边	ทางนั้น 那边
ข้ามสะพาน 过桥	ใต้สะพานลอย 天桥下
เหนือ 北	ใต้ 南
ข้างใน 里面	ข้างนอก 外面
ทิศเหนือ 北方	ทิศใต้ 南方
ทิศตะวันออก 东方	ทิศตะวันตก 西方
นอกเมือง 城外	ไฟจราจร 交通信号灯
ทางแยก 岔路口	ที่กลับรถ 回车处
สามแยก 丁字路口	ประชาชน 人们
ลูกจ้าง 雇员	ค่าจ้าง 佣金
นายจ้าง 雇主	สายด่วน 热线
ห้องเวร 值班室	รบกวน 打扰
ที่อยู่ 地址	โทรศัพท์สาธารณะ 公用电话
สุขา 厕所	มอเตอร์ไซค์（Motorcycle） 摩托车
กระเป๋ารถ 公车售票员	สถานทูตจีน 中国大使馆
เสนอ 提出	ความคิดเห็น 意见
อธิบาย 解释	ชี้แจง 说明

รูปประโยคเพิ่มเติม 句型拓展

รู้จัก ... ไหม	认识……吗?
ทาง...	……方向
จากนี้ไป...	这去……
...อยู่ข้าง ๆ...	……在……旁边
เลย...	过了……
แถวนี้มี... ไหม	这一带有……吗?
...เป็นอย่างไร	……怎么样?
...เท่าไร	……多少?
...ไหม	……吗?
...อะไร	……什么?
...เมื่อไร	什么时候……
...ที่ไหน	……在哪里?
...ใช่ไหม	……是吗?

แบบฝึกหัด 练习

一、根据中文意思完成下列填空。

1. สถานีรถไฟ ____________________

   火车站怎么走?

2. ____________________ห้องสมุดไปทางไหน

   请问图书馆往哪里走?

3. บ้านผม____________________โรงพยาบาล

   我家与医院相邻。

4. ________________กรุงเทพฯ________เชียงใหม่ต้องนั่งรถทัวร์ ๘ ชั่วโมง

从曼谷到清迈坐车要 8 小时。

5. ท่านต้องการ_____เรื่องอะไร

您需要询问什么事？

二、用泰语表达下列句子。

1. 请问去百货大楼怎么走？

2. 去火车站要坐哪一路公车？

3. 这儿离市中心远吗？

4. 哪儿有商店？我想买点东西。

5. 需要我帮忙吗？

6. 直走到十字路口，然后往右拐，银行的对面就是书店。

7. 我想咨询从南宁到桂林的行走路线。

8. 我需要预订一间单人房。

9. 我明白了，非常感谢。

10. 对不起，我也不太清楚。

三、用泰语模拟下列情景进行对话。

1. 跟同学或朋友聊一聊从自己家到市中心的出行路线。

2. 通过 114 电话咨询订餐。

3. 到旅行社询问旅游路线。

ความรู้ที่เกี่ยวข้อง **常识**

　　一般来说，在泰国，不管向他人询问事情还是通过电话咨询业务，都要注意言语的礼貌。向他人当面问路或者询问别的事情，一般不用行合十礼，但态度要谦虚诚恳，称呼他人视情况可用敬辞如 คุณ×× ท่าน×× 等，或使用拟亲属称谓如 พี่ น้อง คุณป้า คุณอา 等。在通常情况下，可用句式 ขอโทษ ...ไม่ทราบว่า... 等开头。咨询完毕后别忘了说"谢谢"。

　　泰国有许多热线电话可供咨询各方面业务，几乎每个政府部门或者社会服务部门都会有自己的咨询热线电话。最常见的热线电话如下：

1133　曼谷地区电话号码问询	183　地方电话号码问询
100　国际长途电话服务	101　国内长途电话服务
184　交通运输投诉电话	189　电话业务投诉电话
190　报警电话	197　交通管理中心问询
198　公共灾难联络中心	199　火警
1155　旅游热线	1595　泰国总理府投诉电话
1555　曼谷市投诉电话	1556　消费者热线
1566　泰国航空航班咨询	1584　出租车问题投诉电话
1644　交通讯息问询	1611　出租车服务电话
1689　国家劳工与社会福利部咨询	

　　以上电话号码3位数的为免费电话，4位数的为收费电话，更多的电话咨询可参看泰国网站：http://zg.pantip.com。

บทที่ ๔ การต้อนรับและการพบปะ
第四课　接待与会见

รูปประโยคพื้นฐาน　基本句型

ยินดีต้อนรับ...	热烈欢迎……
ในฐานะ...	谨代表/作为……
ในนาม...	代表……
ขอแสดง...	表示……
รู้สึก...	感到……
เชิญ...	请……
ขอบคุณที่...	感谢……
ดีใจที่...	很高兴……
กรุณา...	劳驾/请……
ขอให้...	祝……

ประโยคทั่วไป　常用句子

การเดินทางเป็นยังไงบ้าง	一路上怎么样？
รอนานไหมคะ	等久了吗？
การเดินทางราบรื่นดีนะคะ	一路顺利吧？
การงานไปได้ดีนะครับ	工作一切顺利吧？
คุณจะรับน้ำชาหรือกาแฟคะ	你要喝茶还是咖啡？
อาหารถูกปากไหมครับ	饭菜合口吗？
ขอโทษ คุณศรชัยใช่ไหมคะ	对不起，你是颂猜吗？
ขอโทษที่ทำให้รอนานค่ะ	很抱歉让您久等了。
พอดีเครื่องบินดีเลย์	飞机晚点了。

· 109 ·

ดีใจที่เจอคุณที่นี่ครับ　　　　　　　很高兴在这儿见到你。

ดีใจมากที่ได้พบกันอีก　　　　　　很高兴再次相见。

ขอบคุณที่กรุณามารับครับ　　　　　　谢谢您来迎接。

ผมมาต้อนรับคณะของท่านครับ　　　　我来接待贵团。

ยินดีต้อนรับทุกท่านที่มาร่วมงานนิทรรศการครับ

欢迎各位来参加博览会。

ผมรู้สึกเป็นเกียรติอย่างยิ่งที่มีโอกาสมาดูงานบริษัทของท่านครับ

有机会来参观贵公司，我感到非常荣幸！

พวกเรารู้สึกเป็นเกียรติอย่างยิ่งที่ได้รับเชิญจากมหาวิทยาลัยของท่าน

能得到贵校的邀请，我们感到很荣幸！

ในฐานะตัวแทนของเทศบาล ผมขอต้อนรับทุกท่านด้วยความยินดี

我代表市政府向各位表示热烈的欢迎。

ขอขอบพระคุณที่ให้การต้อนรับเป็นอย่างดี　谢谢您的盛情款待。

เชิญข้างในครับ　　　　　　　　　　里边请。

เชิญนั่งตามสบายครับ　　　　　　　请随意坐！

เชิญดื่มน้ำชาก่อนครับ　　　　　　　请先喝点儿茶水。

เชิญนั่งรอสักครู่ครับ　　　　　　　请坐一会儿。

เชิญตามสบาย ไม่ต้องเกรงใจนะครับ　　请随意，别客气！

🎧 **การสนทนา　情景对话**

บทสนทนาที่ ๑ เจ้าหน้าที่โรงแรมต้อนรับแขก
会话 1　　　　酒店职员接待顾客

(ที่โรงแรมแห่งหนึ่งในประเทศจีน เจ้าหน้าที่แผนกต้อนรับกำลังต้อนรับ
แขกที่จะเข้าพัก)

（在中国一家酒店，接待部服务员正在接待要入住的客人。）

ก: สวัสดีค่ะ ยินดีต้อนรับ มีอะไรที่ให้ดิฉันช่วยไหมคะ

甲：您好！欢迎光临！请问有什么需要我帮忙的？

ข：สวัสดีครับ ผมจองห้องไว้ครับ

乙：您好，我订了房间。

ก：จองไว้ชื่ออะไรคะ

甲：以什么名字预订的？

ข：ใช้ชื่อว่า จังลี่ ครับ

乙：以"张力"这个名字预订的。

ก：ค่ะ กรุณารอสักครู่นะคะ คุณจังใช่ไหมคะ คุณจองห้องเดี่ยวหนึ่งห้อง พักหนึ่งคืน ใช่ไหมคะ

甲：好的，请您稍等。张先生，您订了一间单人房，入住一个晚上，对吗？

ข：ใช่ครับ

乙：是的。

ก：คุณจังคะ คุณเป็นสมาชิกของโรงแรมหรือเปล่าคะ

甲：张先生， 您是我们酒店的会员吗？

ข：ใช่ครับ

乙：是的。

ก：ขอดูบัตรประชาชนของคุณหน่อยค่ะ ขอบคุณมาก (หลังจากช่วยแขก กรอกใบทะเบียนเข้าพัก) คุณจังคะ กรุณาเซ็นชื่อด้วยค่ะ

甲：请出示一下您的身份证，谢谢。（帮助客人填写登记单后）张 先生，请您签上名字。

ข：ได้ครับ

乙：好的。

ก：คุณจะจ่ายเงินมัดจำเป็นเงินสดหรือบัตรเครดิตคะ

甲：押金您是预付现金还是刷信用卡？

ข：เงินสดครับ

乙：现金。

ก: กรุณาจ่ายเงินมัดจำ ๕๐๐ หยวนนะคะ และช่วยเซ็นชื่อในใบนี้ด้วยค่ะ

甲：请交500元押金，并在账单上签字。

ข: เรียบร้อยแล้วครับ

乙：好的。

ก: นี่กุญแจห้องค่ะ ห้องคุณอยู่ชั้น ๘ ห้อง ๘๐๒ ลิฟต์อยู่ฝั่งขวามือค่ะ
ถ้าต้องการใช้บริการอะไรเพิ่ม บอกได้เลยนะคะ

甲：这是您的钥匙，您的房间在8楼802号房，电梯在右手边，需要
什么服务请说一声。

ข: ขอบคุณครับ

乙：谢谢！

บทสนทนาที่ ๒ การต้อนรับแขกที่บ้าน
会话 2 在家接待客人

(ที่บ้านคนไทย เจ้าของบ้านต้อนรับแขกที่มาจากปักกิ่ง)

（在泰国一家庭，主人接待来自北京的客人。）

ก: (หน้าบ้าน) สวัสดีครับ คุณจัง ไม่ได้เจอกันนานเลยนะครับ
คุณจังสบายดีนะครับ

甲：（家门前）您好，张先生！好久不见面，您还好吧！

ข: สวัสดีครับ คุณวิโรจน์ ผมสบายดีครับ ผมต้องขอโทษที่มาสายไป
หน่อย รถที่กรุงเทพฯ ติดมาก ไม่แพ้ปักกิ่งเลยนะ

乙：您好，威洛先生。我很好。真抱歉来晚了一点点，曼谷的塞车
现象不亚于北京啊。

ก: รถติดเป็นเรื่องปกติ เชิญข้างในซีครับ

甲：塞车是正常现象了，请进屋吧！

ก: (หลังจากเข้าไปในห้อง) เชิญนั่งครับ เราไม่ได้เจอกันมาหลายปีแล้ว
การงานไปได้ดีนะครับ

甲：（进到屋子后）请坐，我们几年不见了，您的工作还顺利吧？

ข：ดีครับ ผมดีใจมากที่มีโอกาสมาเที่ยวเมืองไทยและได้พบคุณวิโรจน์อีก

乙：挺顺利的，我很高兴有机会来泰国旅行，能与威洛再次见面。

ก：เช่นเดียวกันครับ ผมก็ดีใจที่มีโอกาสต้อนรับคุณจังที่บ้าน คุณจังจะรับ
น้ำชาหรือกาแฟครับ

甲：一样的，我也很高兴能有机会在家里接待张先生，张先生要喝

茶还是喝咖啡？

ข：ผมขอน้ำชาครับ ผมไม่ดื่มกาแฟ

乙：喝茶吧，我不喝咖啡。

ก：นั่งพักตามสบายก่อนครับ เดี๋ยวแม่บ้านทำกับข้าวเสร็จ เราจะ
ได้กินข้าวกันครับ

甲：请随意坐，等一会家里人做好饭菜了，我们一起吃个饭！

ข：ขอบคุณมากครับ

乙：非常感谢！

ก：(หลังรับประทานอาหาร)อิ่มหรือเปล่าครับ

甲：（饭后）吃饱了吗？

ข：อิ่มแล้วครับ อาหารอร่อยทุกอย่าง ขอบคุณมากนะครับ

乙：吃饱了，今天的菜肴样样好吃，非常感谢！

ก：จริง ๆ แล้ว อาหารไทยกับอาหารจีนอร่อยไม่แพ้กัน ผมก็ชอบทาน
อาหารจีนเหมือนกัน

甲：说真的，泰国菜与中国菜各有各的美味，我也喜欢中国菜。

ข：หรือครับ ถ้าคุณวิโรจน์ไปปักกิ่งคราวหน้า ผมขอเชิญไปที่บ้าน
ผมจะได้โชว์ฝีมือทำอาหารจีนให้ทาน

乙：是吗，如果威洛先生下次到北京，我请您到我家去，我要露两
手，做中国菜给您吃。

ก：ขอบคุณครับ ผมไปแน่ ๆ

甲：多谢，我一定去。

บทสนทนาที่ ๓   การต้อนรับคณะผู้แทนที่สนามบิน
会话 3   在机场接待代表团

(ในสนามบินหนานหนิง   ผู้อำนวยการฝ่ายวิเทศสัมพันธ์ต้อนรับ
คณะกระทรวงพาณิชย์ของไทย)

（在南宁机场，市外办主任接待泰国商务部代表团。）

ก : สวัสดีครับ ยินดีต้อนรับทุกท่านครับ ผมชื่อ จังเฉียง เป็นผู้อำนวยการ
     ฝ่ายวิเทศสัมพันธ์ของนครหนานหนิงครับ

甲：您好！热烈欢迎各位，我叫张强，是南宁市外事办主任。

ข : สวัสดีครับ ผมชื่อศักดิ์ชัย บุญเหลือ เป็นหัวหน้าคณะครับ
     ขอบคุณมากที่มารับ

乙：您好！我是萨猜·本楞，代表团团长，非常感谢您来迎接。

ก : การเดินทางราบรื่นดีนะครับ

甲：一路上顺利吧？

ข : ราบรื่นดีครับ เครื่องบินดีเลย์นิดหน่อย ทำให้คุณต้องรอนาน

乙：很顺利！飞机有些晚点，让您久等了。

ก : ไม่เป็นไรครับ เชิญท่านทั้งหลายเข้าไปห้องพักวีไอพีก่อนครับ
     เดี๋ยวรอเจ้าหน้าที่ของเราจัดการสัมภาระขึ้นรถก่อน

甲：没关系，请到 VIP 接待室坐坐，让我们的工作人员先把行李搬
     上车。

ข : ครับ

乙：好的。

ก : (ที่ห้องพักวีไอพี) เชิญทุกท่านดื่มน้ำชาครับ

甲：（在 VIP 接待室）各位请喝茶。

ข : ขอบคุณครับ

乙：谢谢！

ก：ก่อนอื่น ในฐานะตัวแทนของเทศบาลหนานหนิง ผมขอต้อนรับทุก
　　ท่านด้วยความยินดีครับ

甲：首先，我代表南宁市政府，真诚欢迎各位的到来。

ข：ขอบคุณมาก และพวกเราก็รู้สึกเป็นเกียรติอย่างยิ่งที่ได้รับเชิญจาก
　　เทศบาลหนานหนิงครับ

乙：谢谢！能得到南宁市政府的邀请，我们也感到非常荣幸！

ก：ผมขอปรึกษาเรื่องกำหนดการในการมาเยือนครั้งนี้กับทางคณะก่อน
　　ดีไหมครับ

甲：请允许我跟贵团商量一下此次来访的行程好吗？

ข：ครับ

乙：好的。

(หลังคุยกันเรื่องกำหนดการเรียบร้อย)

（商量好行程后）

ก：ทั้งหมดนี้เป็นกำหนดการคร่าว ๆ นะครับ　ถ้าจะเปลี่ยนแปลงอะไร
　　กรุณาแจ้งมาให้เราทราบล่วงหน้านะครับ จะได้ประสานงานให้ทัน

甲：这是基本行程，如果临时需要修改，请提前跟我们讲，以便我
　　们这边及时联系。

ข：ขอบคุณมาก ไม่มีอะไรต้องเปลี่ยนครับ　และต้องขอขอบ
　　คุณที่ทางเทศบาลหนานหนิงที่จัดกำหนดการให้เป็นอย่างดี
　　และขอบคุณฝ่ายวิเทศสัมพันธ์ที่ให้การต้อนรับอย่างอบอุ่น
　　และช่วยประสานงานให้เป็นอย่างดี

乙：非常感谢，没有需要改动的。我们非常感谢南宁市政府为我们
　　安排好行程，同时感谢南宁市外办的热情接待与协助联系。

ก：ไม่ต้องเกรงใจครับ สำนวนว่า " จีน-ไทยใช่อื่นไกล พี่น้องกัน"
　　ผมหวังว่าคณะฯ ของท่านคงจะพอใจในการดูงานครั้งนี้นะครับ

甲：不用客气，俗语说"中泰一家亲"，我希望代表团对此次考察
　　感到满意！

ข：ขอบคุณมากครับ

乙：非常感谢！

บทสนทนาที่ ๔ การต้อนรับคณะดูงานที่บริษัท
会话 4　　在公司接待考察团

(ในห้องประชุมบริษัท เจริญโภคภัณฑ์อาหาร จำกัด ผู้บริหารชั้นสูงพบกับคณะดูงานจากประเทศจีน)

（在泰国正大食品有限公司会议室，公司高层领导会见中国考察团。）

(หลังจากทั้งสองฝ่ายแนะนำตัวเรียบร้อยแล้ว รองผู้จัดการบริษัทฯ กล่าวต้อนรับ 会见双方自我介绍后，公司副总经理致欢迎词。)

ก：สวัสดีครับ ในนามของบริษัท เจริญโภคภัญฑ์อาหาร จำกัด ผมขอต้อนรับคณะดูงานจากประเทศจีนด้วยความยินดี และขอบคุณที่ให้เกียรติมาเยี่ยมชมบริษัทฯ ของเรา

甲：各位好！我代表泰国正大食品有限责任公司热烈欢迎中国考察团来我公司参观。

ข：(หัวหน้าคณะฯ) คณะดูงานของเราก็รู้สึกเป็นเกียรติอย่างยิ่งที่มีโอกาสเดินทางมาศึกษาดูงานที่บริษัทฯ ของท่าน ในนามของคณะฯ ผมขอขอบพระคุณอย่างยิ่งที่บริษัทฯ ของท่านให้การต้อนรับอย่างอบอุ่น

乙：（代表团团长）能有机会来贵公司参观与考察，我们考察团感到非常荣幸！我代表考察团对贵公司的热情接待表示衷心的感谢！

ก：ก่อนอื่น ผมอยากจะแนะนำบริษัทฯ ของเราให้รู้จักโดยผ่านดีวีดีครับ หลังจากนั้นเราค่อยคุยกันในรายละเอียดการดูงาน ดีไหมครับ

甲：首先，我想通过播放DVD向各位介绍一下我公司的情况，然后我们再商讨考察事宜，好吗?

ข：ดีมากครับ

乙：很好。

(หลังฉายดีวีดีและคุยกันเรื่องดูงานเรียบร้อย)

（DVD 播放完毕，并且商量好了考察事项后）

ก : ตกลงจะดูงานตามกำหนดการนี้นะครับ

甲 : 那就按这个计划进行考察吧！

ข : ขอขอบพระคุณจริง ๆ ที่บริษัทฯ ของท่านอำนวยความสะดวกสบายให้
กับคณะเรา ทำให้เรามีโอกาสศึกษาวิธีบริหารธุรกิจที่ทันสมัย

乙 : 真的非常感谢贵公司给我们提供便利，让我们能够学到先进的
商业管理方法。

ก : เดี๋ยวเบรกสักพัก ทุกท่านรับเครื่องดื่มและผลไม้ เย็นนี้ผู้จัดการ
ของบริษัทฯ จะเลี้ยงต้อนรับทุกท่านครับ

甲 : 待一会儿茶歇，请各位喝点饮料，吃点水果，晚上我们公司经
理设宴欢迎各位。

ข : ขอบคุณมากครับ คณะฯ เราขอมอบของที่ระลึกเล็กน้อย

乙 : 非常感谢！我们想赠送一些礼品给您。

ก : ขอบคุณมากครับ ผมก็ขอให้การมาเยือนของคณะท่านประสบความ
สำเร็จครับ และขอให้การดูงานเป็นไปตามที่ตั้งใจไว้นะครับ

甲 : 非常感谢，我也祝愿各位此行取得圆满成果，祝各位在泰国考
察顺利！

ข : ขอบคุณครับ

乙 : 谢谢！

🎧 **คำศัพท์　词汇表**

งานนิทรรศการ	展览会	รับเชิญ	应邀
เทศบาล	市政府	เป็นเกียรติ	荣幸
ห้องเดี่ยว	单人房	สมาชิก	会员
บัตรประชาชน	身份证	กรอก	填写

ใบทะเบียน　登记单，注册单　　　เซ็นชื่อ　签名

เงินมัดจำ　押金　　　　　　　บัตรเครดิต　信用卡

คราวหน้า　下次　　　　　　　โชว์ฝีมือ　展示手艺

ผู้อำนวยการ　经理　　　　　　วิเทศสัมพันธ์　外事

ดีเลย์（delay）　晚点　　　　สัมภาระ　行李

ปรึกษา　商量　　　　　　　　กำหนดการ　行程

หารือ　商量，商议　　　　　　คร่าว ๆ　大概，初略

เปลี่ยนแปลง　改变，变动　　　ล่วงหน้า　提前

ประสานงาน　联系工作，协调工作　สำนวน　习语

รับทราบ　知道　　　　　　　　ดีวีดี（DVD）　录像

ทันสมัย　先进　　　　　　　　เบรก（break）　休息

เลี้ยงต้อนรับ　宴请　　　　　　มอบ　赠送，交付

ของที่ระลึก　纪念品，礼品　　　ตั้งใจ　打算；专心

ข้อสังเกต　注释

1. รับ 动词，主要有三个意思：

（1）"吃，喝"。例如：

คุณจะรับเครื่องดื่มอะไรคะ　你要喝什么饮料？

ของหวานจะรับไหม　需要甜品吗？

（2）"接受，收到"。例如：

จดหมายของเธอที่ส่งมา ฉันยังไม่ได้รับเลย
你寄来的信我还没收到呢！

ความคิดของคุณฉันรับไม่ได้　你的想法我无法接受。

（3）"遭受，遭到"。例如：

เด็กพวกนี้กลายเป็นแพะรับบาปของผู้ใหญ่
这些孩子成了大人们的替罪羊。

ศาสนาพุทธเชื่อว่า ใครก่อเวรก่อกรรมไว้ ในที่สุดก็ต้องรับเวรรับ
กรรมนั้นเอง　佛教认为，谁造了孽最后要遭到报应。

2. ยัง 多义词，主要意思有：

（1）介词，意思是"至，往，向"，表示动作趋向，要去某个目的
地。例如：

เขาเดินไปยังร้านขายหนังสือ　他向书店走去。

เขามองไปยังหน้าต่างห้องหญิงสาวด้วยจิตใจว้าวุ่น
他心事重重地向女孩房间的窗户望去。

（2）助动词，意思是"还……"，常放在动词前，并与 อยู่ 搭配成
"ยัง...อยู่"，表示动作状态还没发生变化，还继续保持着。例
如：

เขายังทานข้าวอยู่　他还在吃着饭。

เธอยังสาวอยู่　她还年轻呢。

ยังเช้าอยู่ เราไม่ต้องรีบ　时间还早，我们不用着急。

（3）助动词，常与 ไม่ 搭配成"ยังไม่... , ยัง...ไม่..."，用于否定句
中，表示"还未……"的意思。例如：

ป่านนี้เขายังไม่มา　这个时候了他还没来。

งานยังทำไม่เสร็จเลย　工作还没完成呢。

เลยเที่ยงคืนแล้ว เขายังไม่นอนเลย　已经半夜了，他还没睡呢。

3. รบกวน 动词，主要有两个意思：

（1）"麻烦"。用于表示给别人添麻烦的委婉言辞，常见于句首，
并与 ขอ 搭配使用。例如：

ขอรบกวนถามอะไรหน่อย　麻烦问一下。

รบกวนคุณช่วยซื้อหนังสือให้สักเล่มได้ไหม
麻烦你帮买本书行吗？

（2）"打扰，搅乱"。例如：

พ่อเพิ่งเข้านอน อย่าไปรบกวนนะ　爸爸刚入睡，别去打扰他。
พี่กำลังอ่านหนังสือเตรียมสอบอยู่ อย่าไปรบกวนเลย
哥哥正看书备考，不要去打扰了。

คำศัพท์เพิ่มเติม　补充词汇

ผู้นำ　领导
ผู้บริหาร　管理者
ประธาน　主席，董事长
รัฐมนตรี　部长
นายกเทศมนตรี　市长
ผู้อำนวยการ　经理，主任
นายอำเภอ　县长
โปรแกรม（program）　计划
คณะการศึกษา　教育代表团
ของว่าง　点心，零食
น้ำผลไม้　果汁
โค้ก（coca）　可乐
ดื่มเหล้า　喝酒
แขกต่างประเทศ　外宾
เจ้าภาพ　主人，东道主
เลขาธิการ　秘书长，书记
นายกรัฐมนตรี　总理
ผู้ว่าราชการจังหวัด　府尹
หัวหน้า　局长，科长，队长
อธิการบดี　（高校）校长
คณะการค้า　贸易代表团
มอบหมาย　委托
สูบบุหรี่　抽烟
น้ำเปล่า　白开水
ช่อดอกไม้　花束

รูปประโยคเพิ่มเติม　句型拓展

ยินดีที่จะ ...	很高兴……
เพื่อจะได้...	为了能够……
... เป็นอย่างดี	很好地 ……
ก่อนอื่น... หลังจากนั้น...	首先……然后……
...ไม่เป็น	（吃/喝）……不习惯

ต้อง... แน่	一定会……
ตาม...	根据……
มีความเข้าใจต่อ...	对……有了解
แจ้งให้ ...ทราบ	通知……
พบกับ...	与……会见

แบบฝึกหัด　练习

一、根据中文意思完成下列填空。

1. มีอะไรที่ให้ดิฉันช่วย _____ บอกด้วยนะคะ
   有什么需要我帮忙的，请说一声。

2. ผมต้องขอโทษที่ให้คุณ _____
   我很抱歉让您久等了。

3. _____ ท่านที่มาเยือนประเทศจีนค่ะ
   热烈欢迎各位访问中国。

4. ดิฉันรู้สึก _____ อย่างยิ่งที่มีโอกาสมาดูงาน
   有机会来考察，我感到非常荣幸！

5. ขอให้การดูงานเป็นไปตามที่ _____ ไว้
   祝考察顺利！

二、用泰语表达下列句子。

1. 一路上顺利吧？

2. 喝茶还是喝咖啡？

3. 谢谢您热情接待我们的考察团。

4. 热烈欢迎代表团来访我校。

5. 我代表代表团向贵校表示衷心的感谢。

6. 别客气，我们都是自己人。

7. 请随意，先喝杯茶吧！

8. 今晚我们公司经理宴请各位。

9. 这是我们赠给您的一点礼品。

10. 真不好意思，非常感谢！

三、用泰语模拟下列情景进行对话。

1. 学校外事办的一名工作人员正在接待泰国教育代表团。

2. 在家里接待来自泰国的朋友。

3. 餐馆服务人员接待客人。

ความรู้ที่เกี่ยวข้อง **常识**

做客礼仪

泰国是一个礼仪之邦，接待客人也是大有讲究的。一般而言，主人在接待客人时要注意的是：一、约好了客人就要记住约见时间，做好待客准备，不让客人久等。二、待客要热情诚恳，尊重客人。三、为客人安排好席位、茶水等。如果是比较熟悉的朋友，应该向家里人介绍；但如果是一般的客人或业务上的客人就不必介绍家人认识。四、待客期间应该主动邀请客人聊天，不应走来走去或者总是看手表，或者表现出厌烦、疲惫、困倦等神态。五、主人不应当着客人的面责骂他人。六、客人走时，要起身送客人。

如果是客人身份，到主人家做客时要注意的是：一、要按时赴约，不让主人久等。二、穿着得体大方，以示对客人的尊敬。三、进门前，若是主人脱鞋客人也应脱鞋，进门不要踩到门槛上。四、入屋后尊重主人的接待方式，不随意走动，避免对主人家的物品或装饰做过多的赞美。五、掌握好谈话时间，不要久待不走，若是客人邀约吃饭，可视情况答应或拒绝。

บทที่ ๕　ตัวเลขและมาตราวัด
第五课　数字与度量

รูปประโยคพื้นฐาน　基本句型

...เท่าไร	……多少？
...หนักกว่า...	……比……重
...สูงกว่า...	……比……高
...ใกล้ ๆ กับ...	……与……相近
ไม่เกิน...	不超过……
ทั้งหมด...	总共……
...เท่ากัน	……相等
ราว ๆ ...	大约……
ประมาณ...	大约……
...ที่สุด	最……
ครั้งที่...	第……次
...ใน...	……分之……
...เท่า(ตัว)	……倍
ร้อยละ...	百分之……
ปีละ...	每年……

ประโยคทั่วไป　常用句子

ฉันอายุ ๑๘	我18岁。
เขาหนัก ๗๐ กิโล	他体重 70 公斤。
คุณพงศกรสูง ๑๗๐ เซ็นต์	蓬萨坤高170厘米。

วินัยสูงกว่าสมคิด
维奈比颂奇高。

ฉันคิดว่าเขาคงอายุใกล้ ๆ กับเรานั่นแหละ
我觉得他的年龄可能与我们相近。

อายุของเขาคงไม่เกิน ๔๐ ปี
他的年龄可能不超过40岁。

ฉันเกิดปี พ.ศ. ๒๕๒๓
我出生于佛历2523年。

เบอร์โทรศัพท์ผม ๐๘๙-๑๓๗-๕๔๒๖
我的电话号码是089–137–5426。

สนามบินอยู่ห่างจากโรงแรมประมาณ ๑๐ กิโล
机场距离酒店大约10公里。

เขาซื้อส้ม ๒ กิโล
他买2公斤的橙子。

อาหารจานนี้ราคา ๑๒๐ บาท
这份饭价钱120铢。

ราคาเพิ่มขึ้น ๓ เท่า
价格增长了3倍。

เขาไปเชียงใหม่ปีละหลายครั้ง
他每年去清迈好多次。

เขาเดินทางไปต่างประเทศเป็นครั้งแรก
他第一次出国。

ห้องพักนี้ยาว ๔ เมตร กว้าง ๓ เมตร เป็นพื้นที่ ๑๒ ตารางเมตร
这个房间长4米宽3米，一共12平方米。

เงินเดือนของเขาร้อยละ ๕๐ ใช้ไปกับการท่องเที่ยว
他百分之五十的工资花在旅游上。

หนึ่งในสามของนักศึกษาในห้องเราเป็นผู้หญิง
我们班三分之一的学生为女生。

กรุงเทพฯ เป็นเมืองที่มีประชากรหนาแน่นที่สุดของประเทศไทย
曼谷是泰国人口最密集的城市。

ประเทศจีนมีประชากรทั้งหมด ๑,๔๐๐,๐๐๐,๐๐๐ คน
中国一共有14亿人口。

การสนทนา 情景对话

บทสนทนาที่ ๑ ตัวเลขเกี่ยวกับเมืองจีน
会话 1 关于中国的数字

(ในประเทศจีน นักท่องเที่ยวไทยถามไกด์จีนเกี่ยวกับเนื้อที่ ประชากรและชนชาติในประเทศจีน)

（在中国，泰国游客向中国导游了解中国的面积、人口与民族等情况。）

ก：สวัสดีค่ะ ดิฉันชื่อจังตาน จะเรียกดิฉันว่าเสี่ยวตานก็ได้ค่ะ ดิฉันเป็นไกด์ของคณะท่าน ถ้าท่านใดสนใจเรื่องเกี่ยวกับเมืองจีน ถามได้เลยนะคะ

甲：各位好，我叫张丹，叫我小丹就行。我是贵团的导游，有没有哪位想问有关中国的一些情况？

ข：เสี่ยวตานครับ ผมมาเมืองจีนครั้งแรก ผมไม่รู้เรื่องเมืองจีนเลย ขอถามหน่อยได้ไหม

乙：小丹，我第一次来中国，对中国没什么了解，可以问问吗？

ก：ยินดีค่ะ

甲：好的。

ข：ประเทศจีนมีเนื้อที่เท่าไรครับ

乙：中国面积有多少？

ก：มี ๙,๖๐๐,๐๐๐ตารางกิโลเมตรค่ะ ใหญ่เป็นอันดับ ๓ ของโลก รองจากประเทศรัสเซียและแคนาดาค่ะ

甲：960万平方公里，面积排名世界第三，仅次于俄罗斯与加拿大。

ข：โอ้โห ใหญ่จริง ๆ นะ แล้วแบ่งเขตปกครองอย่างไรบ้างครับ

乙：哇，可真大呀！那么如何划分行政管理辖区呢？

ก：แบ่งเป็นมณฑล ๒๓ มณฑล เขตปกครองตนเอง ๕ เขต มหานคร ๔ เมือง และเขตปกครองพิเศษ ๒ เขต

甲：分为23个省，5个自治区，4个直辖市，还有2个特别行政区。

ข：มณฑลไหนมีเนื้อที่ใหญ่ที่สุดนะครับ

乙：哪个省面积最大呢？

ก：มณฑลซินเจียงค่ะ

甲：新疆。

ข：แล้วมณฑลนี้มีจำนวนประชากรมากที่สุด ใช่ไหมครับ

乙：这个省是不是人口最多？

ก：ไม่ใช่ค่ะ มณฑลที่มีประชากรมากที่สุดคือมณฑลเหอหนานค่ะ

甲：不是的，人口最多的省是河南省。

ข：ประเทศจีนมีประชากรทั้งหมดเท่าไรครับ

乙：中国一共有多少人口呀？

ก：มี ๑,๔๐๐,๐๐๐,๐๐๐ ค่ะ

甲：有14亿。

ข：เยอะจริง ๆ เกือบ ๒๐ เท่าของประเทศไทยเลยนะ

乙：真多呀，相当于泰国人口的20倍。

ก：ใช่ค่ะ เฉพาะเมืองฉงชิ่ง ซึ่งเป็นเมืองที่มีคนมากที่สุด ก็
๓๐,๐๐๐,๐๐๐แล้ว เกือบครึ่งหนึ่ง ของจำนวนประชากรไทย

甲：是的，仅仅是人口最多的城市——重庆市，也将近三十多万
了，相当于泰国人口的一半了。

ข：ได้ข่าวว่าเมืองจีนมีชนชาติต่าง ๆ จำนวนมาก ใช่ไหมครับ

乙：听说中国有许多民族，是吗？

ก：ใช่ค่ะ มีทั้งหมด ๕๖ ชนชาติ ชนชาติฮั่นมีคนมากที่สุด เป็นร้อยละ
๙๑ ขึ้นไป ส่วนชนชาติกลุ่มน้อยมีอีก ๕๕ ชนชาติ กระจายอยู่ที่ต่าง ๆ
ในแผ่นดินจีน

甲：是的，一共有56个民族。汉族是人口最多的民族，占总人口的
91%以上；其他少数民族一共有55个，分布在中国各个地区。

บทสนทนาที่ ๒ ตัวเลขเกี่ยวกับบุคคล
会话 2　　　关于个人情况的数字

(ที่ประเทศไทย นักศึกษาจีนกับนักศึกษาไทยกำลังคุยกันเรื่องส่วนตัว
เช่นครอบครัว อายุ ความสูง น้ำหนัก เป็นต้น)

（在泰国，中国学生与泰国学生正聊个人情况如家庭、年龄、身高、体重等。）

ก: น้องจ๋าคะ พี่ขอถามอะไรที่เกี่ยวกับครอบครัวของจ๋าหน่อยได้ไหมคะ
　　ไม่ทราบว่าจ๋าจะถือไหม

甲：查妹妹，姐姐如果问你个人的家庭情况，你会忌讳吗？

ข: ไม่ค่ะ ถามได้เลย

乙：不会的，可以问。

ก: ครอบครัวของจ๋ามีทั้งหมดกี่คนคะ

甲：查妹妹家里一共有多少人？

ข: ถ้าไม่รวมปู่ ย่า ก็มี ๕ คน คือคุณพ่อ คุณแม่ พี่สาวคนหนึ่ง น้องชาย
　　คนหนึ่ง และจ๋า

乙：如果不包括爷爷奶奶就有5人，即爸爸、妈妈、姐姐、弟弟与我。

ก: พี่สาวจ๋ายังเรียนอยู่หรือทำงานแล้ว

甲：你的姐姐是在读书还是已经工作了？

ข: ทำงานแล้ว อายุมากกว่าจ๋า ๕ ปี

乙：姐姐工作了，年龄比我大5岁呢。

ก: แล้วใครสูงกว่ากัน

甲：那么谁高一些？

ข: พี่สาวค่ะ พี่สาวสูง ๑๗๐ เซ็นต์ ส่วนจ๋าสูงแค่ ๑๖๐ เซ็นต์

乙：姐姐，她高170厘米，我才160厘米。

ก: แล้วน้องชายจ๋าล่ะ อายุเท่าไร

甲：你弟弟呢？多少岁？

ข: เพิ่งสิบขวบ เรียนอยู่ ป. ๔

乙：他刚刚十岁，上小学四年级。

ก: อ้าว ทำไมอายุห่างกันเป็นรอบเลย คิดว่าอายุไล่เลี่ยกัน

甲：噢，为什么年龄差距一轮？我还以为两人年龄相近呢？

ข: ก็นั่นนะซิ แม่ถึงรักน้องชายมาก ก็เหมือนคนจีนทั่วไปรักลูกชายมาก
กว่า เออ ว่าแต่ว่า พี่หนิงมีพี่น้องกี่คนหรือคะ

乙：所以呀，妈妈很宠爱弟弟，就像中国人爱儿子一样。对了，宁
姐姐你呢，有多少个兄弟姐妹？

ก: พี่หรือคะ มี ๓ คนเหมือนกัน พี่มีน้องสาวฝาแฝด ๒ คน

甲：我吗？也有三个，我有一对双胞胎妹妹。

ข: อ้าว มีพี่น้อง ๓ คนได้อย่างไร เห็นเขาบอกว่าเมืองจีนมีการคุมกำเนิด
ให้มีลูกคนเดียว ไม่ใช่หรือ

乙：啊？你怎么能有三个姐妹？都说中国实行计划生育政策，只能
生一个，不是吗？

ก: ใช่ค่ะ แต่พอดีพ่อแม่พี่เป็นชาวนา และเป็นชนกลุ่มน้อยด้วย รัฐบาลจีน
มีนโยบายพิเศษให้มีลูกมากกว่าหนึ่งคนได้

甲：是的，但我的父母正好是农民，而且是少数民族，中国有特殊
政策，允许再生一个。

บทสนทนาที่ ๓ ตัวเลขเกี่ยวกับมหาวิทยาลัย
会话 3　　　　关于大学里的数字

(ในมหาวิทยาลัยชนชาติกว่างซี เจ้าหน้าที่ฝ่ายวิเทศสัมพันธ์กำลังพาคณะ
อาจารย์จากมหาวิทยาลัยหอการค้าไทยเดินชมบริเวณมหาวิทยาลัย)
（在广西民族大学，一名外办工作人员带领泰国商会大学代表团游
览校园。）

ก: สวัสดีครับ อาจารย์ทุกท่าน ผมขอนำอาจารย์ทุกท่านเดินชมมหาวิทยาลัย

ชนชาติกว่างซีครับ

甲：各位老师好！我现在带各位参观一下广西民族大学校园。

ข：(หัวหน้าคณะถาม)มหาวิทยาลัยชนชาติกว่างซีใหญ่จริง ๆ มีเนื้อ
ที่เท่าไรครับ

乙：（代表团团长问）广西民族大学可真大，有多大面积？

ก：เฉพาะแห่งนี้มีทั้งหมด ๑,๑๐๐ หมู่ ถ้ารวมวิทยาเขตใหม่แล้วก็มีทั้งหมด
๑๙๘๓ หมู่

甲：就这个校区有1100亩，加上新校区一共 1983亩。

ข：หนึ่งหมู่เท่ากับกี่ไร่ของไทยครับ ผมคิดไม่ถูก

乙：中国的"一亩"等于泰国的多少"莱"？我算不清楚。

ก：หนึ่งหมู่จีนเท่ากับ ๐.๔๑ ไร่ไทย ดังนั้น ๑๙๘๓หมู่นี้คูณด้วย ๐.๔๑
ทั้งหมดก็ ๘๑๓ ไร่

甲："一亩"等于0.41 "莱"，1983 乘以 0.41就等于813莱。

ข：ว้าว ใหญ่กว่ามหาวิทยาลัยหอการค้าตั้ง ๓-๔ เท่านะครับ แล้วมีกี่คณะ
กี่สาขาวิชาครับ

乙：噢，比商会大学大3-4倍，大学一共有多少个学院，多少个专业？

ก：มีทั้งหมด ๒๒ คณะ ๖๖ สาขาวิชาครับ

甲：一共22个学院，66个专业。

ข：เมื่อเทียบกับมหาวิทยาลัยหอการค้าแล้ว มีจำนวนคณะมากเป็น ๒ เท่าตัว
แต่จำนวนสาขาวิชานี้เท่า ๆ กันนะ เออ แล้วทางมหาวิทยาลัยมีจำนวน
นักศึกษาเท่าไรครับ

乙：与商会大学相比，学院数量多2倍，但专业数量差不多。对了，
学校有多少学生？

ก：นักศึกษาภาคปกติประมาณ ๒ หมื่นคน ภาคพิเศษประมาณ ๑ หมื่นคน
รวมทั้งหมด ๓ หมื่นคน

甲：全日制学生大概2万人，函授生1万人，加起来一共3万人。

ข：มากกว่าของเรานะ เรามีแค่หมื่นกว่าคนเอง

乙：比我们学校的多呀，我们学校才有1万多名学生。

ก：เชิญมาทางนี้ครับ ทางนี้เป็นสนามกีฬาใหม่ของมหาวิทยาลัยครับ

甲：请往这边走，这边是学校的新运动场。

ข：เมื่อมหาวิทยาลัยจัดประชุมใหญ่ ก็จะจัดที่สนามกีฬานี้เลย ใช่ไหมครับ

乙：如果学校要召开大会，是不是在这个运动场举办？

ก：เปล่าครับ มหาวิทยาลัยมีหอประชุมใหญ่อีกแห่งหนึ่งครับ สามารถ
บรรจุคนได้ ๕ พันกว่าคน

甲：不是的，学校有个大会堂，能容纳5千人以上。

ข：โอ้โห ดูพื้นที่การก่อสร้างทุกอย่างใหญ่กว่ามหาวิทยาลัยหอการค้านะ

乙：哟，看来所有的建筑物面积都比商会大学大呀！

บทสนทนาที่ ๔ ตัวเลขเกี่ยวกับการสอบถามราคา
会话 4   关于询问价格的数字

(เจ้าหน้าที่บริษัท โหย่งฝู เทรดดิ้ง จำกัดของจีนกำลังสอบถามราคาข้าวสาร
จากบริษัทจำหน่ายข้าวสารไทยแห่งหนึ่ง)

（中国永福大米贸易公司职员向泰国某大米贸易公司询问大米价格。）

ก：สวัสดีค่ะ ดิฉันโทรจากบริษัทโหย่งฝูเทรดดิ้งจำกัดของจีนค่ะ ดิฉัน
อยากจะสอบถามเรื่องราคาข้าวสารของบริษัทคุณหน่อยได้ไหมคะ

甲：您好！我是中国永福大米贸易公司，我想询问一下贵公司大米
的价格，可以吗？

ข：ยินดีค่ะ ราคาข้าวสารของเรานะคะ ข้าวสารธรรมดาตันละ ๗๐๐
ดอลลาร์ ถ้าเป็นข้าวหอมมะลิก็ตันละ ๗๕๐ ดอลลาร์

乙：好的，我们公司大米价格，普通米每吨700美元，茉莉香米每吨
750美元。

ก：ราคาที่คุณเสนอสูงกว่าปีที่แล้วตั้ง ๒๐ % นะ

甲：您所报的价格比去年高达百分之二十呀。

ข: ค่ะ ปีนี้ราคาจะสูงกว่าปีที่แล้ว เพราะประเทศไทยเกิดน้ำท่วมหนัก
ในปีนี้ ปริมาณการผลิตจึงน้อยกว่าปีที่แล้ว ราคาส่งออกก็เลยสูงตาม

乙：是的，今年的米价比去年高，因为今年泰国发生洪灾，大米产
量比去年减少，因此出口价格就随之升高。

ก: แต่ว่าราคาที่คุณเสนอมานั้นยังสูงกว่าบริษัทอื่น ๆ นะ

甲：但是您所报的价格还是比别的公司要高呀。

ข: ถ้าคุณต้องการสั่งซื้อเป็นจำนวนมาก เรื่องราคาเราจะพิจารณาลดให้
นิดหน่อย

乙：如果您订购的数量多，价格方面我们可以优惠一些。

ก: ถ้าทางเราอยากสั่งซื้อ ๓๐๐ ตัน ทางคุณจะลดให้เท่าไรคะ

甲：如果我们要订购300吨，您给予多少优惠？

ข: ลดให้ประมาณ ๕% ค่ะ

乙：优惠百分之五。

ก: ดิฉันคิดว่าถ้าลด ๑๐% ถึงจะเหมาะสม เพราะว่าราคาที่เสนอมา
สูงกว่าปีก่อน ๒๐% แล้ว ถ้าลด ๑๐% ราคาก็ยังคงสูงกว่าเดิม ๑๐%
ไม่ใช่หรือ

甲：我认为优惠百分之十才合理，因为您的报价比去年高出了百分
之二十了，优惠百分之十的话，价格上还是比原先高出百分之
十，不是吗？

ข: ที่คุณพูดมาทางเราไม่เห็นด้วยค่ะ เพราะว่าปีนี้ข้าวสารต้นทุนสูงกว่าปี
ที่แล้วตั้งเยอะ ถ้าเราลด ๑๐% เราจะไม่ได้กำไรอะไรเลย คุณก็อาจ
เทียบดูกับราคาของบริษัทอื่น ๆ ก่อนก็ได้

乙：我们不认同您所说的，因为今年的大米成本确实比去年高得
多，如果我们优惠百分之十，我们就没有什么利润了。您可以
先跟别的公司的价格比一比。

ก: เอาอย่างนี้ดีไหม ทางคุณลดให้ ๘% ทางเราก็จะขายได้มากขึ้นเช่นกัน
เราจะได้กำไรกันทั้งสองฝ่าย ตกลงไหม

甲：这样吧，您方优惠百分之八，我这边可以销售得更多，我们双

　　方都能赚，您看怎么样?

ข：โอเค ก็ตามที่คุณเสนอมา ทางเราลด ๘% ให้คุณ ตกลงราคาข้าว

สารธรรมดาคิดตันละ ๖๔๔ ดอลลาร์ และข้าวหอมมะลิตันละ ๖๙๐

ดอลลาร์นะ

乙：好吧，就按您说的吧。我们给予百分之八的优惠，大米的价格

　　就定普通米每吨644美金，茉莉香米每吨690美金。

ก：ตกลงค่ะ

甲：好的。

🎧 คำศัพท์ 词汇表

กิโล（kilo） 千（米，克）	เซ็นต์（centimetre） 厘米
พื้นที่ 面积	คูณ 乘以
อันดับ 第……名	รัสเซีย（Russia）俄罗斯
แคนาดา（Canada） 加拿大	แบ่ง 区分
พิเศษ 特殊	ซินเจียง 新疆
ประชากร 人口	เหอหนาน 河南
เฉพาะ 尤其，特别	จำนวน 数量
ชนกลุ่มน้อย 少数民族	ครอบครัว 家庭
รอบ 圈，周	ฝาแฝด 双胞胎
คุมกำเนิด 控制生育	นโยบาย 政策
ไล่เลี่ย 相近	บริเวณ 范围
หมู่ 亩	ไร่ 莱（泰国计算面积单位）
คณะ 系，院	สาขาวิชา 专业
บรรจุ 容纳	จำหน่าย 销售
ดอลลาร์（dollar） 美元	ข้าวหอมมะลิ 茉莉香米

น้ำท่วม　水灾	สาหัส　严重
ปริมาณ　数量	พิจารณา　考虑
เหมาะสม　合理，合适	กำไร　利润
ธรรมดา　平常，普通	

ข้อสังเกต　注释

1. 数字的表达

基数词表达：

从一到十

泰文数字书写	๐	๑	๒	๓	๔	๕	๖	๗	๘	๙	๑๐
阿拉伯数字	0	1	2	3	4	5	6	7	8	9	10
数字读法	ศูนย์	หนึ่ง	สอง	สาม	สี่	ห้า	หก	เจ็ด	แปด	เก้า	สิบ

从十到百万

泰文数字书写	๑๐	๑๑	๒๐	๑๐๐	๑,๐๐๐	๑๐,๐๐๐	๑๐๐,๐๐๐	๑,๐๐๐,๐๐๐
阿拉伯数字	10	11	20	100	1,000	10,000	100,000	1,000,000
数字读法	สิบ	สิบเอ็ด	ยี่สิบ	(หนึ่ง) ร้อย	(หนึ่ง) พัน	(หนึ่ง) หมื่น	(หนึ่ง) แสน	(หนึ่ง) ล้าน

　　百万数字以上的表达：用表示百万的"ล้าน"作为基数相乘。如：สิบล้าน 一千万；พันล้าน 十亿。

　　序数词表达：ที่ + 基数词。如：ที่หนึ่ง 第一；ที่สอง 第二；ที่เก้า 第九。

2. 泰国长度与面积单位。自古以来，泰国使用的丈量单位主要有两种，即长度丈量和面积丈量。

（1）长度单位：古时是以身体各部位的长度为标准，即1นิ้ว（指）

等于一个手指的长度；1คืบ（科）等于手掌尽展，自拇指末端
到小指末端之间的距离；1ศอก（索克）等于自肘关节下部至
中指尖的距离；1วา（哇）等于伸展双臂，两手中指末端之间
的距离。常见的长度丈量单位换算关系如下：

12 นิ้ว = 1 คืบ   2 คืบ = 1 ศอก   4 ศอก = 1 วา   20 วา = 1 เส้น
400 เส้น = 1 โยชน์

这些长度单位与公制的比较如下：

1 ศอก = 0.5 米   1 คืบ = 0.25米   1 วา = 2米   1 เส้น = 40米

（2）面积单位：在当代泰国，喜欢沿用传统的丈量制度，即用
ตารางวา（平方哇）、งาน（南）、ไร่（莱）丈量土地，传统的
丈量土地面积单位与公制的比较如下：

1平方哇=4 平方米   1南=400平方米   1莱=1600平方米

3. เทียบ 动词，多义词，主要意思有：

（1）"对比，比较"，常与 กับ 搭配成เทียบกับ 。例如：
เมื่อเทียบกับปีที่แล้ว ราคาข้าวของปีนี้จะสูงกว่า

比起去年，今年的物价将会更高。
ถ้าเทียบมือถือสองเครื่องนี้ ฉันชอบเครื่องสีดำนี้มากกว่า

如果对比这两台手机，我更喜欢黑色的这一台。

（2）（车、船）"停靠，停泊"。例如：
เรือเทียบท่าแล้ว รีบลงไปเถอะ   船靠岸了，马上上船吧。
รถไฟเทียบชานชาลาตรงเวลา   火车准时靠站了。

（3）"对、调（钟、表）"。例如：
ขอเทียบเวลาหน่อย นาฬิกาของผมเกิดมีปัญหา

麻烦对一下时间，我的手表有点问题。
ก่อนออกเดินทาง พวกเราต้องเทียบนาฬิกาให้ตรงกัน

出发前，大家把手表都调准了。

4. เท่า 多义词，主要意思有：

（1）副词，意思是"相同，相等，一样"。例如：

เขาสองคนสูงเท่ากัน 他们两人一样高。

พี่กับน้องได้คะแนนสอบเท่ากัน 两兄弟的考试成绩一样。

（2）名词，意思是"倍"，用于表示数量的倍数。例如：

ปีนี้ นักศึกษาที่สมัครเรียนภาษาไทยเพิ่มขึ้น ๒ เท่า

今年报读泰语的学生多了两倍。

เงินเดือนของเขามากกว่าฉัน ๑ เท่า 他的工资比我高一倍。

（3）เท่ากับ动词，意思是"等于，相当于"。例如：

๑ หยวนจีนเท่ากับ ๕ บาทไทย 一元人民币等于五泰铢。

๒ บวก ๓ เท่ากับ ๕ 二加三等于五。

คุณทำเช่นนี้เท่ากับไม่เห็นด้วยกับฉัน

你这样做相当于不赞同我。

คำศัพท์เพิ่มเติม 补充词汇

ตารางเมตร	平方米	ตารางวา	平方哇
เฮกตาร์（hectare）	公顷	ฟุต	尺
นิ้ว	泰寸（≈2.08 厘米）	คืบ	半泰尺（≈25 厘米）
ศอก	泰尺（≈50 厘米）	วา	泰丈（≈2公尺）
สลึง	钱（=375克）	บาท	铢（=15克）
ตำลึง	两（= 60 克）	ชั่ง	斤（=0.5公斤）
วัตต์（watt）	瓦	กิโลวัตต์（kilowatt）	千瓦
ลูกบาศก์เมตร	立方米	ลิตร	升
เลขคู่	双数	เลขคี่	单数
ลบ	减去	หาร	除以
ใหญ่	大	เล็ก	小
กว้าง	宽	แคบ	窄

อพาร์ตเมนต์（apartment）	公寓	ความกว้าง	宽度
ความยาว	长度	ความสูง	高度
ความลึก	深度	ปริมาตร	体积
ความหนาแน่น	密度		

รูปประโยคเพิ่มเติม 句型拓展

บวก...	加……
ลบ...	减……
คูณด้วย...	乘以……
หารด้วย...	除以……
...เพิ่มขึ้น	增多……
...ลดลง	减少……
เป็นอันดับ...	第……名
รองจาก...	仅次于……
ส่วนใหญ่...	大部分……
ตั้ง...	竟……多
แค่...	仅仅……

แบบฝึกหัด 练习

一、根据中文意思完成下列填空。

1. ผม _____ เขานิดหน่อย

   我比他胖一点。

2. ผลไม้เหล่านี้ราคา _____ ๒๐๐ บาท

   这些水果总共200泰铢。

3. นครเซี่ยงไฮ้เป็นเมืองที่ _____ ของจีน

上海是中国最大的城市。

4. เงินเดือนของฉัน_____

หมดไปกับการซื้อหนังสือ

我工资的三分之一花在购买书籍上。

5. ห้องเรามีนักศึกษา_____ ๑๐ คนเท่านั้น

我们班仅有10个学生而已。

二、用泰语表达下列句子。

1. 这个公园面积有多大?

2. 你比张强高多少厘米?

3. 这餐饭总共200元。

4. 泰国哪个府人口最多?

5. 他的工资比我多2倍。

6. 中国每年经济增长约近7%。

7. 他把大部分时间花在工作上。

8. 这栋楼房长30米，宽20米，高10米。

9. 这些商品的利润很低，仅仅是5% 而已。

10. 如果你购买的数量多，我们可以给予半价的优惠。

三、用泰语模拟下列情景进行对话。

1. 跟同学谈谈你们学校的情况，如面积、系院数量、学生人数等。

2. 跟朋友聊聊个人的成长信息，如年龄、身高、体重等。

3. 你到菜市或商业街购物时与卖主讨价还价。

ความรู้ที่เกี่ยวข้อง 常识

数字禁忌

对于许多民族文化而言，数字不仅表示数量的多少，而且表达了物质世界的多样性。自古以来，人们对数字始终有着神圣的理解和敬畏的心理，从来不把数字仅仅当作记数的符号，因此"数字迷信"随处可见。人们喜欢某些数字，是因为他们认为这些数字会给他们的工作与生活带来好运，让他们吉祥如意；而讨厌某些数字，是因为他们认为这些数字给他们带来厄运或灾难。对于泰国人，泰国人喜欢"9"这个数字，因为"9"与泰语"发展""进步"发音相似，所以"9"这个数字最受人们宠爱，以至于出现为争夺车牌号、机构编号等高价竞标的现象。至于数字"8"也是讨泰国人喜欢的，但大多数是华人喜欢，因为"8"的谐音是汉字的"发"，寓意发财、发达。泰国人不喜欢"6"这个数字，认为是一个不好、不吉祥的数字，因为泰语数字"6"的发音有"摔跤，跌倒，掉落"等意思，因此车牌号尽量避免"6"这个数字，尤其是有"6"与"0"的数字更要避开，他们认为会带来天灾人祸。泰国人还不喜欢数字"7"，古人认为这是一个不吉利的数字，代表着苦海无涯。泰国人比较重视的一个数字是"25"，根据传统的婆罗门教的观点，一个男子到了25岁这个年龄，就会面临人生的重大转折，或许会好运不断，或许会灾难连连，所以到了这个年龄，就必须小心翼翼，避免发生事故或灾难。因此好多人到了"25"岁这个坎，就要举行一些宗教仪式以趋吉避邪。

บทที่ ๖ เวลาและสถานที่
第六课　时间与空间

รูปประโยคพื้นฐาน　基本句型

จาก...ไป...ใช้เวลาเท่าไร	从……到……用多长时间?
...กี่โมง/เวลาเท่าไร	……几点了?
จวนจะ...โมงแล้ว	快……点了
อีก...นาที...โมง	再过……分……点
...เมื่อไร	……是什么时候?
...วันที่เท่าไร	……几号?
วันที่...เดือน...（พ.ศ.）...	……年……月……日
...วันอะไร	……星期几?
อยู่ใน...	在……里面
อยู่บน...	在……上面
อยู่ข้าง...	在……旁边
...อยู่ตรงกลาง	……在中间
...ที่ข้างล่าง	……在下面
...ไกลจาก...	……离……远
...อยู่ข้างหน้า	在……前面
...อยู่ตรงไหน	……在哪里?
...อยู่ทางซ้าย	……在左边
...ติดกับ...	……挨着……

🎧 ▌▌ **ประโยคทั่วไป 常用句子** ▌▌

คุณมาถึงตั้งแต่เมื่อไร	你什么时候到的?
คุณตื่นกี่โมงครับ	你几点起床?
มาถึงก่อนสัก ๑๐ นาทีได้ไหม	提前大约10分钟到可以吗?
ตอนเที่ยงไปกินข้าวด้วยกันไหม	中午一起去吃饭吗?
คุณเรียนสัปดาห์ละกี่คาบครับ	你每周要上多少节课?
ปกติ ห้องสมุดเปิดกี่โมง /ปิดกี่โมงครับ	
图书馆一般几点钟开门/关门?	
เวลาเมืองจีนใช่ไหมคะ	中国时间是吗?
วันเสาร์หน้าว่างไหมคะ	下周六有空吗?
ที่นี่ที่ไหน	这是哪里?
วันหยุดคุณไปเที่ยวไหนคะ	放假你去哪里玩?
ระยะทางไกลไหม	距离远吗?
เขามาสายเกือบ ๑ ชั่วโมง	他迟到近1个小时。
แม่กลับบ้าน ๖ โมงกว่า	妈妈6点多回家。
พรุ่งนี้เจอกัน ๘ โมงเช้านะคะ	明天早上8点见。

ตามปกติฉันจะกินข้าวเย็นตอนหนึ่งทุ่ม แต่วันนี้กินเร็วกว่าปกติ
我通常7点吃晚饭，但今天吃得比平时早。

ผมเจอเขาวันอังคารที่แล้ว	我上个星期二遇到他。
เขาเรียนภาษาไทยมา ๔ เดือนแล้ว	他学了4个月的泰语。
ต้นเดือนหน้า ฉันจะไปอังกฤษ	下个月初，我将去英国。
ดิฉันตื่นแต่เช้ามืดทุกวัน	我每天凌晨起床。
อีกไม่กี่วันแล้ว	没有多少天了。
ถนนนี้รถติดตลอดเวลา	这条路总是堵车。
เขาขาดเรียนบ่อย	他经常缺课。
ดูหนังแล้ว ฉันจะไปซื้อของ	看完电影我就去购物。

โชคดีที่ไม่ต้องคอยนาน เครื่องบินเข้าตรงเวลา
幸好不用久等，飞机准时抵达。

เมื่อวานซืนมีการถ่ายทอดสดฟุตบอลโลก 前天有世界杯足球赛转播。
ขอเลื่อนวันออกเดินทางไปเซี่ยงไฮ้เป็นวันอาทิตย์หน้า
请把出发去上海的时间推迟到下个星期天。

ผมนั่งเรียนอยู่แถวหน้า 我坐在前排学习。
เดินตรงไปถึงสามแยก เลี้ยวขวา ร้านขายยาอยู่ใกล้กับสะพานลอย
ติดกับร้านดอกไม้

直走到三岔路口右拐，药店就在天桥附近，挨着花店。
โรงพยาบาลอยู่ฝั่งตรงข้ามร้านสะดวกซื้อ 7-Eleven
医院在7–11便利店的对面。

หน้าบ้านมีที่จอดรถ ยังมีสวนอยู่ข้างบ้าน
家门前有停车的地方，旁边还有园子。

โรงแรมเราใกล้กับสนามบิน 我们的酒店离机场近。

🎧 **การสนทนา 情景对话**

บทสนทนาที่ ๑ เวลา
会话 1　　时刻

（นัดเพื่อนไปดูหนัง）
（约朋友看电影。）

ก: พรุ่งนี้ว่างไหม ไปดูหนังกันไหมครับ
甲: 明天有空吗？一起去看电影吗?

ข: ว่างค่ะ ปกติกลางคืนฉันอยู่บ้านค่ะ หนังฉายกี่โมงคะ
乙: 有空，我通常晚上在家。电影什么时候开始?

ก: ๒ ทุ่มครับ จากบ้านคุณไปถึงโรงหนังใช้เวลาเท่าไร ทันไหมครับ

甲：晚上8点。从你家到电影院要多久？来得及吗？

ข：ทันค่ะ ใช้เวลาครึ่งชั่วโมงค่ะ ฉันเลิกงาน ๕ โมงครึ่ง หนังฉายกี่ชั่วโมง

คะ

乙：来得及，需要半个小时，我5点半下班。电影放映多久？

ก：ประมาณ ๒ ชั่วโมงครึ่งครับ พรุ่งนี้ผมจะไปรับคุณที่บ้านนะครับ

甲：大约2小时30分钟。明天我去你家接你。

ข：ค่ะ อย่ามาสายนะคะ

乙：好的，别迟到了。

ก：ผมจะไปถึงก่อนทุ่มครึ่ง

甲：我7点半前到。

ข：นาฬิกาคุณตอนนี้กี่โมงแล้วคะ

乙：你的表现在几点了？

ก：จวนจะเที่ยงแล้ว อีก ๕ นาทีเที่ยงครับ

甲：快中午12点了，再过5分钟12点。

ข：เหรอคะ นาฬิกาของฉันไม่ตรง ช้าไป ๑๐ นาที

乙：是吗？我的表不准，慢10分钟。

บทสนทนาที่ ๒ วัน เดือน ปี
会话 2　　　日期

（เพื่อนสองคนนัดกันไปซื้อของขวัญวันเกิดให้แก่จ๋า）
（朋友两人相约去给查买生日礼物。）

ก：วันเกิดคุณเมื่อไรคะ

甲：你生日是什么时候？

ข：วันที่ ๒๑ สิงหาคมครับ แล้ววันเกิดคุณวันที่เท่าไรครับ

乙：8月21号，你生日是哪天？

ก：วันที่ ๘ เดือนหน้าค่ะ

甲：下个月9号。

ข：ผมจำได้ว่าพรุ่งนี้เป็นวันเกิดของจ๋า

乙：我记得明天是查的生日。

ก：พรุ่งนี้วันที่เท่าไร วันอะไรคะ

甲：明天是几号？星期几？

ข：วันศุกร์ที่ ๒๕ กุมภาพันธ์

乙：2月25日，星期五。

ก：พรุ่งนี้บ่ายฉันมีเรียนค่ะ

甲：我明天下午有课。

ข：เห็นว่าวันศุกร์นี้หยุดนี่ครับ

乙：好像这周五放假吧。

ก：อ๋อ ใช่ค่ะ

甲：哦，是的。

ข：งั้นไปบ้านจ๋าไหม

乙：那去查家吗？

ก：ไปซี จะไปด้วยกันไหมคะ

甲：去，一起去吗？

ข：ได้ครับ ปีนี้เธอจะให้ของขวัญอะไรจ๋าครับ

乙：可以，你今年准备送什么礼物给查？

ก：เมื่อปีที่แล้วฉันซื้อนวนิยายชุดหนึ่งให้เธอ แต่ปีนี้ไม่รู้จะเลือกอะไรให้

甲：去年我送了她一套小说，但今年不知道选什么好。

ข：เมื่อวานผมเห็นนาฬิกาข้อมือเรือนหนึ่งที่ห้าง ซื้อให้เป็นของขวัญ
　　จ๋าดีไหมครับ

乙：昨天我在商场看到一块手表，买来送给查怎么样？

ก：ดี พรุ่งนี้เช้าเราไปดูเลย

甲：好，明天上午我们一起去看看。

ข：เจอกัน ๙ โมงเช้านะครับ

乙：明早9点见。

บทสนทนาที่ ๓ สถานที่
会话 3　　　空间

（ คุณหวังหลานเจอเพื่อนที่ชั้นล่างของหอพัก ซึ่งเพื่อนคนนี้อยากยืมสมุดจดงาน
ของหวังหลาน ）

（王岚在宿舍楼下遇见朋友，这位朋友跟王岚借笔记本。）

ก：หวังหลาน เธอเอาสมุดจดงานมาด้วยหรือเปล่าคะ

甲：王岚，你拿笔记本来了吗？

ข：อ้าว ลืม ฉันทิ้งไว้ที่ห้อง

乙：唉，忘了，我放在房间。

ก：พอดีฉันจะกลับหอ เธอวางไว้ที่ไหน ฉันไปเอาเอง

甲：我正好回宿舍，你放在哪个位置，我自己去拿。

ข：ถ้าไม่อยู่ในถุงข้างประตู ก็อยู่บนโต๊ะ โต๊ะฉันอยู่ข้างหน้าต่าง

乙：不是放在门边的袋子里就是放在桌子上，我的桌子在窗边。

ก：ค่ะ ฉันจะกลับหอก่อน แล้วค่อยไปเอาสมุด

甲：好，我先回宿舍，然后再去拿本子。

ข：มีสมุด ๓ เล่ม สมุดที่เธอต้องการน่าจะอยู่ตรงกลาง

乙：有3本，你要的那本应该在中间。

ก：ค่ะ

甲：好的。

ข：ฉันจะรออยู่ข้างล่างนะ

乙：我在楼下等你。

บทสนทนาที่ ๔ การบอกทาง
会话 4　　　指方向

(พ่อค้าคนหนึ่งช่วยบอกทางไปตู้ ATM ที่อยู่ในซุปเปอร์มาร์เก็ต BIG C)
(一位商贩帮指路寻找BIG C超市里的ATM取款机。)

ก : ขอโทษครับ นี่เป็นทางไปธนาคารใช่ไหมครับ

甲 : 对不起，这是去银行的路吗？

ข : ไม่ใช่ค่ะ ที่นี่ไกลจากธนาคารมากนะคะ

乙 : 不是，这里离银行很远。

ก : ผมไม่คุ้นแถวนี้ ผมกำลังหาตู้ ATM กรุณาบอกทางหน่อยได้ไหมครับ

甲 : 我对这一带不熟悉，我正在找ATM取款机，可以给我指一下
　　　路吗？

ข : ได้ค่ะ ตู้ ATM ที่ใกล้ที่สุดอยู่ในซุปเปอร์มาร์เก็ต BIG C

乙 : 可以，最近的ATM取款机在BIG C超市里面。

ก : ซุปเปอร์มาร์เก็ต BIG C ไปทางไหนครับ

甲 : BIG C超市怎么走？

ข : ตรงไปเรื่อย ๆ จนถึงไฟแดง แล้วเลี้ยวขวา ซุปเปอร์มาร์เก็ตจะอยู่ข้าง
　　หน้าคุณค่ะ

乙 : 一直走到交通信号灯处，右拐之后超市就在你的前方。

ก : ไกลไหมครับ

甲 : 远吗？

ข : ไม่ไกลค่ะ

乙 : 不远。

ก : แล้วตู้ ATM อยู่ตรงไหนครับ

甲 : 那ATM取款机在哪个位置？

ข : เวลาเข้าไปในซุปเปอร์มาร์เก็ตจะอยู่ตรงหัวมุมทางซ้าย ติดกับร้าน
　　KFC

乙：进了超市，取款机就在你左边的拐角处，挨着肯德基店。

คำศัพท์ 词汇表

ตั้งแต่ 自从
ตื่น 起床
ก่อน 先
เที่ยง 中午
คาบ 节
วันเสาร์ 星期六
เกือบ 将要，将近
วันอังคาร 星期二
ต้นเดือน 月初
ตลอด 一直
ตรงเวลา 准时
เลื่อน 推迟
หน้า 前面
ฝั่งตรงข้าม 对面
นัด 约请，约会
กลางคืน 晚上
ทัน 及，及时
จวน 即将
ช้า 慢
สิงหาคม 八月
กุมภาพันธ์ 二月
ของขวัญ 礼物
ตกลง 同意
เมื่อไร 什么时候
โมง 点钟
นาที 分钟
สัปดาห์ 周
ปกติ 一般
หยุด 停，休息
ชั่วโมง 小时
ทุ่ม 时，点（晚上7点-11点）
เช้ามืด 凌晨
บ่อย 经常
เมื่อวานซืน 前天
วันอาทิตย์ 星期天
ใกล้ 近
ข้าง 边，面
ว่าง 空闲
โรงหนัง 电影院
เลิกงาน 下班
นาฬิกา 钟表；点（钟）
เกิด 出生
ศุกร์ 星期五
บ่าย 下午
นวนิยาย 小说
สถานที่ 场所，地点

สมุดจดงาน　笔记本
ลืม　忘记
บน　上面
เล่ม　本
ตรงกลาง　中间
หอพัก　宿舍
พอดี　正好
ค่อย　再
ต้องการ　需要
คุ้น　熟悉

ข้อสังเกต　注释

1. 时间表达

时间	书面表达	读法	口语表达
ช่วงหลังเที่ยงคืน 凌晨时间			
1点	๑.๐๐น.	หนึ่งนาฬิกา	ตีหนึ่ง
2点	๒.๐๐น.	สองนาฬิกา	ตีสอง
3点	๓.๐๐น.	สามนาฬิกา	ตีสาม
4点	๔.๐๐น.	สี่นาฬิกา	ตีสี่
5点	๕.๐๐น.	ห้านาฬิกา	ตีห้า
6点	๖.๐๐น.	หกนาฬิกา	หกโมงเช้า (ย่ำรุ่ง)
ช่วงเช้า 早上时间			
7点	๗.๐๐น.	เจ็ดนาฬิกา	เจ็ดโมงเช้า
8点	๘.๐๐น.	แปดนาฬิกา	แปดโมงเช้า
9点	๙.๐๐น.	เก้านาฬิกา	เก้าโมงเช้า
10点	๑๐.๐๐น.	สิบนาฬิกา	สิบโมงเช้า
11点	๑๑.๐๐น.	สิบเอ็ดนาฬิกา	สิบเอ็ดโมง
12点	๑๒.๐๐น.	สิบสองนาฬิกา	เที่ยง
ช่วงบ่าย 下午时间			
13点	๑๓.๐๐น.	สิบสามนาฬิกา	บ่ายโมง

14点	๑๔.๐๐น.	สิบสี่นาฬิกา	บ่ายสองโมง
15点	๑๕.๐๐น.	สิบห้านาฬิกา	บ่ายสามโมง
16点	๑๖.๐๐น.	สิบหกนาฬิกา	สี่โมงเย็น
17点	๑๗.๐๐น.	สิบเจ็ดนาฬิกา	ห้าโมงเย็น
18点	๑๘.๐๐น.	สิบแปดนาฬิกา	หกโมงเย็น (ย่ำค่ำ)

ช่วงค่ำ 晚上时间

19点	๑๙.๐๐น.	สิบเก้านาฬิกา	หนึ่งทุ่ม
20点	๒๐.๐๐น.	ยี่สิบนาฬิกา	สองทุ่ม
21点	๒๑.๐๐น.	ยี่สิบเอ็ดนาฬิกา	สามทุ่ม
22点	๒๒.๐๐น.	ยี่สิบสองนาฬิกา	สี่ทุ่ม
23点	๒๓.๐๐น.	ยี่สิบสามนาฬิกา	ห้าทุ่ม
24点	๒๔.๐๐น.	ยี่สิบสี่นาฬิกา	เที่ยงคืน

2. 星期的表达

วันจันทร์	星期一	วันศุกร์	星期五
วันอังคาร	星期二	วันเสาร์	星期六
วันพุธ	星期三	วันอาทิตย์	星期日
วันพฤหัสบดี	星期四		

3. 月份的表达

มกราคม	一月	กรกฎาคม	七月
กุมภาพันธ์	二月	สิงหาคม	八月
มีนาคม	三月	กันยายน	九月
เมษายน	四月	ตุลาคม	十月
พฤษภาคม	五月	พฤศจิกายน	十一月
มิถุนายน	六月	ธันวาคม	十二月

4. อีก的用法如下。

（1）表示“又，再”的意思。表示时刻时，即“再过……分钟就……点”的意思，一般在分钟数超过45分以后使用。例如：

อีก ๑๕ นาที ๑๑ โมง　再过15分钟11点。

อีก ๒ เดือนเขาก็จะเรียนจบแล้ว　再过两个月他就毕业了。

（2）表示"另，另外"的意思。例如：

เขาอยู่อีกห้องหนึ่ง　他在另一个房间。

5. เมื่อ 前引时间短语做状语，表过去时态。例如：

พี่สาวสอบเข้ามหาวิทยาลัยเมื่อปีที่แล้ว　姐姐去年考上了大学。

เมื่อตอนเป็นเด็กเขาเคยไปเที่ยวเมืองไทย

他小时候曾去过泰国旅游。

6. พ.ศ. 是佛历พุทธศักราช（พุด-ทะ-สัก-กะ-หราด）的缩写形式，ค.ศ.
是公历คริสต์ศักราช（คริด-สัก-กะ-หราด）的缩写形式。泰国是佛
教国家，以佛历为纪元，传说释迦牟尼涅槃于公元前543年，公
元年份加543年即得出对应的佛历年份。例如：2013+543=佛历
2556年。

คำศัพท์เพิ่มเติม　补充词汇

ตอนเย็น	傍晚	ดึกดื่น	深夜
รุ่งอรุณ	黎明	กลางวัน	白天
ระยะเวลาสั้น	短期	บางที	有时
บังเอิญ	偶然，偶尔	ต่อเนื่อง	持续
เมื่อเร็ว ๆ นี้	最近	ทุกวัน	每天
อาทิตย์	星期	สุดสัปดาห์	周末
ตารางเวลา	时刻表	วินาที	秒
เข็มสั้น	时针	เข็มยาว	分针
นาฬิกาดิจิตอล	电子钟	ตรงกับ	相当于
ปฏิทิน	日历	ปฏิทินสุริยคติ	阳历
ปฏิทินจันทรคติ	阴历	ไตรมาส	季度

เมื่อวาน	昨天	เมื่อวานซืน	前天
วันมะรืนนี้	后天	ปีนี้	今年
ปีหน้า	明年	ปีที่แล้ว	去年
กลางเดือน	月中	ปลายเดือน	月底，下旬
รอบปี	周年	สมัย	时期，时代
บัดนี้	现在，此刻	อดีต	过去，从前
เดิม	原来	นี่	这（近指）
นั่น	那（中指）	โน่น	那（远指）
เหนือ	上方，北方	ใต้	下面，南方
หลัง	后面	ตั้งอยู่	位于

▌ รูปประโยคเพิ่มเติม **句型拓展** ▌

ตอนนี้เวลา...	现在时间是……?
...ใช้เวลานานไหม	……需要时间长吗?
...ใช้เวลากี่นาที / ชั่วโมง	……要几分钟/几小时?
...ต่างกันกี่นาที / ชั่วโมง	相差几分钟/几小时?
...อยู่ที่ไหน	……在哪里?
ตอนนี้...โมง...นาที	现在……点……分
ระหว่างเวลา...ถึง...นาฬิกา	在……点到……点之间
ภายในเวลา...	在……之内
หลังจาก...จะ...	……之后，将……
พอ...ก็...	一……就……
...อยู่ตรงกันข้าม...	……在……对面
ใกล้กับ...	和……相近
ห่างจาก...	远离……

...อยู่เหนือ/ใต้...   ……在……上面/下面

...อยู่ซ้ายมือ   ……在左边

แบบฝึกหัด 练习

一、根据中文意思完成下列填空。

1. วันหนึ่งมี 24 _____

一天有24个小时。

2. _____มีกี่วันครับ

一星期有几天?

3. ปีนี้เป็น _____ ตรงกับปี พ.ศ. อะไรคะ

2013年相当于佛历哪一年?

4. คนไทยแบ่งวันหนึ่งออกเป็น 4_____คือ _____
และช่วงหลังเที่ยงคืน

泰国人把一天分为四个时段，即早上、下午、晚上和午夜。

5. เก้าอี้อยู่_____โต๊ะ

椅子在桌子旁边。

6. รองเท้าอยู่_____เตียง

鞋子在床下面。

二、用泰语表达下列词句。

1. 4:50_____   7:35_____

14:15_____   18:30_____

22:05:34_____   1985年4月8日_____

1997年12月21日_____   2008年1月31日_____

2013年7月16日_____   上星期二_____

下星期天_____   星期六早上_____

下个月初_____   今天晚上_____

2. 差10分钟9点钟。

3. 你一周工作几小时？

4. 我下午回家。

5. 我学习泰语快一年了。

6. 今天星期四吗？

7. 明天星期六，傍晚你做什么？

8. 上个月我去了曼谷。

9. 你哪年上大学？

10. 昨天你去哪里了？

11. 图书馆在二楼。

12. 我家在小学附近，市场的对面。

三、用泰语模拟下列情景进行对话。

1. 用泰语互相介绍自己的出生年月日。

2. 用泰语谈论接机、约会、用餐等活动的时间及地点。

ความรู้ที่เกี่ยวข้อง **常识**

　　泰国采用的是东七区的区时，北京时间是东八区的区时，泰国时间与北京时间有一个小时的时差，即泰国时间比北京时间晚一个小时，如果北京时间为早上8点，泰国时间则是早上7点。泰国人在表达日期时，习惯按从小到大的顺序表达，即按星期、日、月、年的顺序，与汉语的表达方式相反。此外，在表达星期和月份时常常以缩略的方式表达，如วันจันทร์缩略为จันทร์，มีนาคม缩略为มีนา或缩写为มี.ค.。泰国在传统上还有用颜色表示星期的习惯，即星期一为黄色，星期二为粉红色，星期三为绿色，星期四为橙色，星期五为蓝色，星期六为紫色，星期日为红色。

บทที่ ๗ การสื่อสารและไปรษณีย์
第七课　通讯与邮政

รูปประโยคพื้นฐาน　基本句型

สวัสดีค่ะ ที่นี่...	你好，这里是……
ขอพูดกับ...	我要找……通话
โทรมาจาก...	从……打来
ให้...โทรกลับ	让……回电话
จาก...โทรกลับ...	从……打回……
ส่ง...มา/ไป...	寄……来（去）
ส่งถึง...ใช้เวลากี่วัน	送到……要多少天?

ประโยคทั่วไป　常用句子

สวัสดีค่ะ คุณจางอยู่ไหมคะ 你好，张先生在吗?

ช่วยเชิญคุณจางมารับสายหน่อยได้ไหมคะ
请张先生接一下电话可以吗?

ขอพูดเรื่องนี้ทางโทรศัพท์กับคุณได้ไหม
这件事可以在电话里和你说吗?

สะดวกที่จะคุยตอนนี้ไหม 现在方便说话吗?

นั่นใครพูดคะ 是谁打来的?

ไม่ทราบโทรจากไหนคะ 是哪里打来的?

คุณมีอะไรจะฝากไหม 您有什么要转告吗?

ค่าส่งเท่าไรครับ 运费多少钱?

· 153 ·

ส่งจดหมายถึงประเทศจีนต้องติดแสตมป์เท่าไรครับ
寄信到中国要贴多少邮票?

ขอเรียนสายฝ่ายบุคคล	请接人事处。
ดิฉันวาณีกำลังพูดค่ะ	我是瓦妮。
โทรถึงคุณวาณีแต่ไม่ติด	给瓦妮打电话，但是打不通。
ขอโทษครับ ผมโทรผิด	对不起，我打错了。
ดิฉันเองค่ะ / ผมเองครับ	我就是。

กรุณาถือสายรอสักครู่ / อย่าเพิ่งวางสาย / อย่าเพิ่งวางหู
请先不要挂断电话。

ขออภัยที่ทำให้คุณรอนาน	对不起，让您久等了。
คุณโทรผิดเบอร์แล้ว	你打错电话了。
กรุณาโทรศัพท์ติดต่อโดยด่วน	请您尽快电话联系。
กรุณาโทรกลับภายหลัง	请您稍后再打来。
ขอทราบชื่อและนามสกุลของคุณด้วยค่ะ	请留下您的姓名。
ฉันไม่ได้ยินเสียงคุณเลย	我听不到你的声音。

แบตเตอรี่ของฉันใกล้จะหมดแล้ว
我的（手机）电池电量快用完了。

ฉันต้องชาร์จโทรศัพท์	我要给手机充电。
เช้านี้มีโทรศัพท์ถึงคุณตั้ง ๔ ครั้ง	今早你有4通来电。
แม่ส่งมาให้	妈妈寄来的。
ผมต้องการส่งจดหมายด่วน	我要寄急件。

พี่ส่งโปสการ์ดไปให้น้อง
哥哥（姐姐）给弟弟（妹妹）寄明信片。

ผมขอแสตมป์ที่ระลึก ๑ ชุดครับ	我要一套纪念邮票。
ดิฉันขอส่งธนาณัติ ๓,๐๐๐ บาท	我要汇款3,000铢。

การสนทนา 情景对话

บทสนทนาที่ ๑ การโทรศัพท์ติดต่อธุรกิจ
会话 1 商务电话

（คุณสาธินโทรศัพท์จากเมืองไทยเพื่อติดต่อคุณจังของกลุ่มบริษัทชางเหอ）
（萨廷先生从泰国打电话来联络昌和集团的张先生。）

ก：สวัสดีค่ะ ที่นี่กลุ่มบริษัทชางเหอ
甲：你好，这里是昌和集团。

ข：สวัสดีครับ ขอพูดกับคุณจังครับ
乙：你好，请张先生通话。

ก：คุณจังกำลังติดประชุมอยู่ ขอโทษค่ะ โทรจากไหนคะ
甲：张先生正在开会，对不起，是哪里打来的?

ข：ผมชื่อสาธิน โทรมาจากประเทศไทยครับ
乙：我叫萨廷，从泰国打来的。

ก：คุณจะฝากข้อความอะไรไหมคะ หรือจะให้คุณจังโทรกลับ
甲：您有什么要转告吗？或者让张先生给您回电话?

ข：กรุณาบอกว่าผมโทรมาหาครับ
乙：请转告张先生我来过电话。

ก：ขอทราบชื่อและนามสกุลของคุณได้ไหมคะ
甲：可以留下您的姓名吗?

ข：ครับ สาธิน ภิรมย์
乙：好的，萨廷・披隆。

ก：คุณสาธิน ขอหมายเลขโทรศัพท์ของคุณด้วยค่ะ เผื่อจะได้ติดต่อกลับ
甲：萨廷先生，请留下您的电话号码，以便和您联系。

ข：๐๘๐ ๒๕๕ ๘๔๑๙

乙：080–255–8919。

บทสนทนาที่ ๒ โทรศัพท์ทางไกล
会话 2　　　长途电话

（จ๋าโทรถามวาณีเรื่องวิธีโทรศัพท์ทางไกล）
（查打电话给瓦妮询问拨打长途电话的方法。）

ก：ฮัลโหล พี่วาณีหรือคะ น้องจ๋าค่ะ
甲：你好，是瓦妮姐吗？我是查。

ข：ค่ะ ว่าไง จ๋า
乙：是的，查怎么样？

ก：จ๋าอยากทราบว่าโทรศัพท์ทางไกลโทรอย่างไรคะ
甲：我想知道长途电话怎么打？

ข：จะโทรไปไหนคะ
乙：要打去哪里？

ก：โทรไปเมืองจีน
甲：打去中国。

ข：กด ๐๐๑ ตามด้วยรหัสประเทศ ๐๐๘๖ และรหัสพื้นที่ สุดท้ายเป็น
　　เบอร์โทรศัพท์ค่ะ
乙：拨001，然后拨国际区号0086，接着是区号，最后是电话号码。

ก：ถ้าจากเมืองจีนโทรกลับเมืองไทยต้องโทรอย่างไรคะ
甲：如果从中国打回泰国要怎么打呢？

ข：กดรหัสประเทศ ๐๐๖๖ แล้วตามด้วยหมายเลขปลายทาง แต่ต้องตัด ๐
　　ออก เช่น ๐๘๒ เป็น ๐๐๖๖๘๒ เข้าใจหรือยังคะ
乙：拨国际区号0066，然后拨你要接通的号码，但得去掉0，比如
　　082，拨成006682，明白了吗？

ก：ขอบคุณค่ะ เดี๋ยวจ๋าจะลองโทรดูค่ะ

甲：谢谢，我待会试打看看。

บทสนทนาที่ ๓ การส่งจดหมาย
会话 3　　　寄信

（ส่งจดหมายและไปรษณียบัตรไปเชียงใหม่ ประเทศไทย）
（邮寄信件和明信片到泰国清迈。）

ก：สวัสดีค่ะ
甲：您好！

ข：ผมต้องการส่งจดหมายไปประเทศไทยครับ
乙：我要寄信到泰国。

ก：จังหวัดไหนคะ
甲：哪个府呢？

ข：เชียงใหม่ครับ
乙：清迈。

ก：จดหมายธรรมดาหรือจดหมายลงทะเบียนคะ
甲：你要寄平信还是挂号信？

ข：EMS ครับ
乙：特快专递。

ก：ได้ค่ะ
甲：可以。

ข：เท่าไรครับ
乙：多少钱？

ก：๑๕ หยวนค่ะ
甲：15元。

ข：ครับ ผมขอซื้อซองจดหมายและไปรษณียบัตรด้วยครับ
乙：好的，我还要买信封和明信片。

บทสนทนาที่ ๔ การส่งพัสดุไปรษณีย์

会话 4   寄包裹

(ส่งพัสดุไปรษณีย์ไป นครเซี่ยงไฮ้ ประเทศจีน)

（邮寄包裹到中国上海。）

ก : ส่งพัสดุไปรษณีย์ส่งช่องไหนครับ

甲：寄包裹是在哪个窗口？

ข : ช่อง ๓ ค่ะ

乙：3号窗口。

ก : ครับ ขอบคุณครับ ผมจะส่งพัสดุฯ ไปนครเซี่ยงไฮ้ ประเทศจีนครับ

甲：好的，谢谢。我要寄包裹到中国上海。

ข : ส่งอะไรคะ

乙：寄什么东西？

ก : หนังสือครับ

甲：书籍。

ข : จะส่งทางเรือหรือทางอากาศคะ ถ้าส่งทางเรือจะถูกกว่าแต่ใช้เวลานาน
ค่ะ

乙：寄海运还是空运？如果是海运就比较便宜，但花时间长。

ก : ส่งทางเรือครับ คิดราคาอย่างไรครับ

甲：寄海运。费用怎么算？

ข : หนังสือกล่องนี้น้ำหนักเกิน ๕,๐๐๐ กรัม ราคาค่าส่งพัสดุฯ ไป
เซี่ยงไฮ้ทั้งหมด ๒๔๐ บาทค่ะ

乙：这箱书超重5,000克，寄到中国上海的费用总共是240铢。

ก : ส่งถึงเซี่ยงไฮ้ ปกติใช้เวลากี่วันครับ

甲：寄到上海通常要几天？

ข : ประมาณสองอาทิตย์ คุณตรวจสอบสถานะการส่งพัสดุฯ ที่เว็บไซต์
ไปรษณีย์ไทยได้ค่ะ

· 158 ·

乙：大约两个星期，您可以在泰国邮政的网站上查询包裹的邮寄
　　情况。

คำศัพท์　词汇表

สื่อสาร　通讯
ฝาก　托，嘱托
ส่งจดหมาย　寄信
ฝ่ายบุคคล　人事处
เบอร์(number)　号码
ชาร์จ(charge)　充电
โปสการ์ด(postcard)　明信片
ธนาณัติ　邮政汇款
กำลัง　正在
ข้อความ　信息
เผื่อ　以备，以供
รหัส　编号，密码
ไปรษณียบัตร　明信片
จดหมายลงทะเบียน　挂号信
พัสดุไปรษณีย์　包裹
（ส่ง）ทางเรือ　海运，水运
สถานะ　情况

ไปรษณีย์　邮政，邮递
ชื่อและนามสกุล　姓名
แสตมป์（stamp）　邮票
วางสาย　挂电话
แบตเตอรี่(battery)　电池
จดหมายด่วน　急件
ชุด　套（量词）
กลุ่มบริษัท　集团
ประชุม　会议
หมายเลขโทรศัพท์　电话号码
โทรศัพท์ทางไกล　长途电话
กด　拨，按
จดหมายธรรมดา　平信
ซองจดหมาย　信封
เซี่ยงไฮ้　上海
（ส่ง）ทางอากาศ　空运
เว็บไซต์（website）　网站

ข้อสังเกต　注释

1. ติด是多义动词，主要有以下几种用法。
（1）有事，事务缠身，工作繁忙。例如：

วันนี้ผมติดธุระ　今天我有事在身。

（2）比邻，紧挨，邻近。例如：

ห้องเราติดกัน　我们的房间紧挨着。

ฉันกับเพื่อนนั่งติดกันตลอด　我和朋友一直挨坐在一起。

（3）连续，接连。例如：

วันปีใหม่หยุดติดกัน ๓ วัน　新年连续放假三天。

（4）感染，传染，患上。例如：

หลายคนติดหวัด　好几个人患上感冒。

（5）入（狱），坐（牢）。例如：

เขาติดคุก ๒ ปีแล้ว　他入狱两年了。

（6）上瘾。例如：

เยาวชนบางคนติดยาเสพติด　一些青少年吸毒成瘾。

（7）堵塞，阻塞。例如：

กรุงเทพฯ รถติดมาก　曼谷塞车很严重。

น้องกลับบ้านสายเพราะติดฝนอยู่โรงเรียน

因为被雨困在学校，弟弟回家晚了。

（8）张贴，粘。例如：

มหาวิทยาลัยติดประกาศผลสอบ　学校张贴考试结果。

2. ฝาก 动词

（1）表示"捎，托带，委托"的意思。例如：

ขอฝากจดหมายถึงแม่ผมได้ไหมครับ

帮捎封书信给我的母亲可以吗？

（2）表示"转达，寄托"的意思。例如：

ฝากความคิดถึงถึงคุณสาธินด้วยนะคะ

帮转达一下对萨廷的想念。

3. หรือยัง 是"已经……了没有，已经……了吗"的意思，是完成时态的选择疑问句，对目前做了或没有做发问，侧重于事情的结

果。例如:

—เธออ่านข่าววันนี้หรือยัง 你看了今天的新闻没有。

—อ่านแล้ว 看了。

—ถึงเวลาสอบหรือยังครับ 到考试时间了吗?

—ยัง อีก ๑๐ นาที 没有,还有10分钟。

หรือเปล่า与หรือยัง意思相近,但用法有所区别。หรือเปล่า表示
"……与否",是一般时态的选择疑问句,表示"是"或"否",
不关心结果。例如:

—เขากินขนมที่ซื้อมาให้เมื่อวานหรือเปล่า

他吃昨天买来的点心了吗?

—กิน 吃了。

—เปล่า / ไม่ได้กิน 没有/没有吃。

หรือเปล่า让被提问者就发问所提的事做出肯定或否定的回答,
用法与...หรือไม่,...ไหม相似。例如:

—มีคำถามหรือเปล่า 有问题吗?

—มี 有。

—เปล่า / ไม่มี 没有。

คำศัพท์เพิ่มเติม 补充词汇

ต่อสายนอก 转接外线	สายไม่ว่าง 占线
โทรไม่ติด 打不通	บัตรโทรศัพท์ 电话卡
สัญญาณแรง 信号强	สัญญาณอ่อน 信号弱
ค่าโทรศัพท์ 电话费	มณฑล 省
ซิมการ์ดโทรศัพท์ (SIM卡) 智能卡,资费卡	
โทรศัพท์สาธารณะ 公共电话	หมุน 转,拨
ตู้โทรศัพท์ 电话亭	โน้ต (note) 便条,便笺

มือถือ 手机

โทรเลข 电报

ที่ทำการไปรษณีย์ 邮局

รหัสไปรษณีย์ 邮政编码

จดหมายส่วนตัว 私人信件

ส.ค.ส.=ส่งความสุข 贺年卡

ดวง 枚, 张（量词）

ตำบล 区

ถนน 路

โทรสาร/แฟกซ์(fax) 传真

หูฟัง 听筒

ตู้ไปรษณีย์ 邮筒

บุรุษไปรษณีย์ 邮差，邮递员

กระดาษเขียนจดหมาย 信纸

ฉบับ 封（量词）

อำเภอ 县

หมู่บ้าน 村

บ้านเลขที่ 门牌号

รูปประโยคเพิ่มเติม 句型拓展

...อยู่ไหมคะ   ……在吗?

ขอ(เรียน)สาย...   请接……

ช่วยเชิญ...มารับสายหน่อย   请……接一下电话

...กำลังพูดค่ะ/พูดอยู่ค่ะ   我就是……

โทรศัพท์ถึง...   给……打电话

โทรศัพท์กลับไปที่...   给……回电话

ช่วยบอก...   请转告……

ช่วยฝากข้อความถึง... 帮留言给……

จดหมายจาก...   从……寄来的信

จดหมายถึง...   给……的信

ส่ง...มา/ไปให้...   给……寄来（去）……

แบบฝึกหัด 练习

一、根据中文意思完成下列填空。

1. ฝากบอกให้เขา＿＿＿＿＿＿＿＿เบอร์ ๑๓๙๘๗๖๕๔๓๒๑
ได้ไหมคะ

    请他回电话到13987654321号码可以吗?

2. ผม＿＿＿＿＿＿＿＿รอโทรศัพท์อยู่

    我正在等电话。

3. ไม่ละครับ ขอบคุณ พรุ่งนี้ผม＿＿＿＿＿＿＿ครับ

    不用了，谢谢，我明天再打来。

4. เขาชอบ ส.ค.ส.＿＿＿＿＿＿＿＿＿

    他喜欢贺年卡吗?

5. พี่สาว＿＿＿＿＿＿＿＿เสื้อผ้า＿＿＿＿＿＿＿＿
＿＿＿＿หนึ่งชุด

    姐姐寄来一套衣服。

二、用泰语表达下列句子。

1. 有什么需要我帮忙的吗?

2. 我听不清楚，您能重复一遍吗?

3. 请稍等，我去叫一下。

4. 请稍等，先记录一下。

5. 再说一次可以吗? 来不及记录。

6. 打电话打扰了，对不起。

7. 让她在今天内和市场部经理联系。

8. 空运邮费多少钱?

9. 在哪个窗口收包裹?

10. 我想买两张明信片和5张10铢的邮票。

11. 信封要写上收信人和寄信人的姓名、地址和邮政编码。

三、用泰语模拟下列情景进行对话。

1. 打电话邀请朋友去玩。

2. 打电话问候老师。

3. 从泰国邮局寄信到中国。

4. 在泰国邮局接收包裹。

ความรู้ที่เกี่ยวข้อง **常识**

1. 在泰国买手机SIM卡非常方便，许多便利店都有售。在泰国国内互打无长途之分。泰国国际区号为0066，曼谷座机区号为02。拨打国际长途的方法如下：

（1）从中国打到泰国，先拨泰国国际区号0066，去掉座机号码或手机号码的第一个0，然后拨号码中的其余数字。例如：

曼谷座机号码为023-456-789，拨0066-23456789；

泰国手机号码为087-654-3210，拨0066-876543210。

从中国发信息到泰国，先输符号"+"，输入泰国国际区号66，去掉手机号码的第一个0，然后输入号码中的其余数字。每条信息收费一元人民币。例如：

泰国手机号为087-654-3210，发信息时发送到+66876543210。

（2）从泰国打到中国，先拨中国国际区号0086，去掉地区区号第一个0，然后拨号码中的其余数字。例如：

广西座机号码为0771-3260000，拨0086-771-3260000；

中国手机号码为13987654321，拨0086-13987654321。

从泰国发信息到中国，先输符号"+"，输入中国国际区号86，然后输入手机号码。每条信息收费五铢。例如：

中国手机号码为13987654321，发信息时发送到+8613987654321。

2. 泰国电信公司：AIS（1 2 CALL），DTAC（HAPPY），True Move，TOT，CAT。

บทที่ ๘ ดินฟ้าอากาศ
第八课　天气

รูปประโยคพื้นฐาน　基本句型

...อากาศเป็นอย่างไร ……天气怎么样?

...ร้อน/หนาวไหม ……热/冷吗?

อุณหภูมิสูง/ต่ำสุด...องศาเซลเซียส 最高/低气温……摄氏度

อากาศค่อนข้าง... 天气比较……

ช่วงนี้อากาศ... 最近天气……

ท่าจะ... 看样子……

...มีกี่ฤดู ……有几个季节?

...ที่สุด 最……

...ส่งผลกระทบต่อ... ……对……造成影响

ระยะนี้... 这段时间……

ประโยคทั่วไป　常用句子

พรุ่งนี้อุณหภูมิเท่าไร 明天气温多少度?

พรุ่งนี้อากาศจะเป็นยังไง 明天天气怎么样?

ตอนนี้ที่เชียงใหม่อากาศเป็นยังไง 现在清迈的天气怎么样?

คุณคิดว่าอากาศจะยังดีแบบนี้อีกหรือเปล่า

你认为这样的好天气还会持续下去吗?

ที่หนานหนิงเดือนไหนร้อนที่สุด 在南宁几月份最热?

คุณชอบฤดูไหนมากที่สุด 你最喜欢哪个季节?

วันนี้อากาศดีทีเดียว 今天天气非常好。

วันนี้แดดแรง 今天阳光强烈。

ดูเหมือนว่าวันนี้อากาศจะดีนะ 看上去今天天气不错。

ฉันคิดว่าวันนี้อากาศคงดีทั้งวัน 我想今天的天气一整天都不错。

ฉันหวังว่าพรุ่งนี้อากาศจะดี ฉันว่าจะไปปิกนิกกับครอบครัว
我希望明天天气好，我和家人打算去野餐。

ทาครีมกันแดดก่อนลงไปเล่นน้ำทะเล 先擦防晒霜再下海玩。

วันนี้อากาศดีขึ้น 今天天气好转。

อากาศร้อนขึ้น/หนาวลง 天气越来越热/冷。

สองสามวันนี้อากาศเปลี่ยนแปลงมากทีเดียว ประเดี๋ยวร้อนประเดี๋ยวหนาว
这两三天天气变化很大，一会儿热一会儿冷。

เมื่อก่อนนี้ เดือนพฤษภาคมฝนตกมากที่สุด
以前，5月份下雨最多。

เมื่อวานพายุฝนแรงจนไฟฟ้าดับน้ำท่วมซอย
昨天的暴风雨导致停电，巷弄淹水。

วันนี้อากาศแย่มาก 今天天气很糟糕。

ฝนอาจจะตกบ่ายนี้ 今天下午可能会下雨。

กรมอุตุฯ พยากรณ์ว่าอากาศไม่ค่อยดี 气象局预报说天气不是很好。

ท้องฟ้ามืดครึ้มอย่างนี้ ฝนตกแน่ อย่าลืมเอาร่มไปด้วย
天阴沉沉的，肯定会下雨，别忘了拿雨伞去。

ฉันคิดว่าเราน่าจะกลับกันดีกว่า เราไม่มีร่ม
我想我们应该回去比较好，我们没有伞。

ไปกันเถอะ ก่อนที่เราจะเปียก 我们走吧，再不走就淋湿了。

กรมอุตุฯ ประกาศว่าพายุกำลังมา 气象局预报，大风正在袭来。

ดูเหมือนจะมีพายุใหญ่ 看上去要刮大风了。

วันนี้ฝนตกหนัก ลมแรง 今天雨大风大。

เวลาฟ้าแลบ ฟ้าร้อง ฟ้าผ่า อย่าใช้โทรศัพท์
当闪电、打雷、雷击的时候不要打电话。

ฝนลงเม็ดแล้ว รีบ ๆ เดินเถอะ　　下起雨来了，赶快走吧。

ฝนหยุดแล้ว　　　　　　　　　雨停了。

ผมไม่แน่ใจ เอาเสื้อกันหนาวไปเผื่อแล้วกัน

我不确定，拿件御寒衣去以防万一。

ฤดูหนาวที่ภาคเหนือ อากาศหนาวจัด ที่กรุงเทพฯไม่ค่อยหนาว

北部的冬季天气非常冷，在曼谷不太冷。

ปักกิ่งมี ๔ ฤดูที่แตกต่างกันอย่างชัดเจน

北京四季分明。

ฉันรู้สึกว่าปักกิ่งอากาศแห้งตลอดทั้งปี

我觉得北京全年气候干燥。

ภาวะโลกร้อนส่งผลกระทบต่อพืช สัตว์และมนุษย์อย่างกว้างขวาง

全球气候变暖对动植物和人类造成了广泛的影响。

🎧 ▌▌ **การสนทนา　情景对话** ▌▌

บทสนทนาที่ ๑ อากาศที่หนานหนิง
会话 1　　　南宁天气

(คุณหวังหลานกับเพื่อนร่วมงานกำลังพูดถึงเรื่องอากาศของหนานหนิง)
（王岚和同事正说到南宁的天气。）

ก：หวังหลาน กรมอุตุฯ พยากรณ์ว่าวันนี้อากาศหนานหนิงเป็นอย่างไร
　　ร้อนไหมครับ

甲：王岚，气象局预报说今天南宁的天气怎么样？热吗？

ข：อากาศดี อากาศร้อนในตอนกลางวันค่ะ

乙：天气好，白天天气热。

ก：รู้ไหมว่าอุณหภูมิเท่าไรครับ

甲：知道气温多少度吗？

ข：อุณหภูมิสูงสุด ๓๕ องศา อุณหภูมิต่ำสุด ๒๗ องศาค่ะ

乙：最高气温35度，最低气温27度。

ก：อากาศค่อนข้างร้อนนะ แต่ช่วงนี้อากาศก็เปลี่ยนแปลงบ่อยครับ

甲：天气还是比较炎热，但这段时间天气变化也频繁。

ข：ใช่ค่ะ ตอนเที่ยงแดดแรงมาก แต่ตอนนี้ฟ้าครึ้ม ๆ ลมพัดแรง

乙：是的，中午太阳猛烈，但现在天阴沉沉的，风很大。

ก：ดูท่าฝนจะตก ไม่ตกมาหลายวันแล้ว

甲：看样子要下雨了，好几天没下了。

ข：ฉันคิดว่าอุณหภูมิจะลดลง ๒ ถึง ๓ องศาตอนกลางคืนค่ะ

乙：我想晚上气温会下降2–3度。

ก：เธอชินกับอากาศของหนานหนิงหรือยังครับ

甲：你习惯南宁的天气了吗？

ข：ยังค่ะ หน้าร้อนที่หนานหนิงร้อนอบอ้าว ร้อนชื้น ไม่มีลม

乙：还没有，南宁的夏天很闷热，气候湿热没有风。

ก：ครับ อยู่เฉย ๆ ในห้องก็ร้อนจนเหงื่อท่วมตัว เสื้อเปียกไปหมด

甲：是的，在房间待着也热得满身大汗，衣服湿透。

ข：เปิดแอร์ซิ เปิดแอร์ที่ ๒๕ ถึง ๒๖ องศา คนอยู่สบายและประหยัดไฟมากที่สุด

乙：开空调吧，开25-26度人会感到舒适，而且最省电。

บทสนทนาที่ ๒ ฤดูในเมืองไทย
会话 2　　　泰国季节

（เพื่อนคนไทยคุยเรื่องฤดูกาลในเมืองไทย）
（泰国朋友谈论泰国的季节。）

ก：เมืองไทยมีกี่ฤดูคะ

甲：泰国有几个季节？

ข：สามฤดู มีฤดูร้อน ฤดูหนาวและฤดูฝนครับ

乙：三个季节，有热季、冬季和雨季。

ก：ทำไมมีแค่สามฤดูคะ

甲：为什么只有三个季节呢?

ข：ในเขตร้อนจะแบ่งออกเป็นสามฤดู

乙：在热带分为三个季节。

ก：คุณชอบฤดูไหนของเมืองไทยคะ

甲：你喜欢泰国哪个季节?

ข：ผมชอบฤดูหนาวครับ

乙：我喜欢冬季。

ก：ฤดูหนาวที่เมืองไทยน่าจะสบายกว่า

甲：泰国的冬季应该舒适一些。

ข：ใช่ครับ เย็นสบาย อีกไม่กี่วันจะเข้าฤดูหนาวแล้ว

乙：是的，很凉爽，没几天就到冬季了。

ก：ฤดูร้อนอากาศที่เมืองไทยเป็นอย่างไรบ้างคะ

甲：泰国的热季天气怎么样?

ข：ฤดูร้อนเป็นฤดูที่มีอากาศร้อนที่สุด

乙：热季是最热的季节。

ก：ฤดูนี้เริ่มเมื่อไรคะ

甲：这个季节什么时候开始?

ข：ฤดูร้อนในประเทศไทยเริ่มตั้งแต่กลางเดือนกุมภาพันธ์ไปจนถึงกลาง
　　เดือนพฤษภาคม เดือนเมษายนเป็นเดือนที่ร้อนที่สุด

乙：泰国的热季从2月中旬持续到5月中旬，4月是最热的月份。

ก：อากาศในฤดูฝนเป็นอย่างไรคะ ฝนตกหนักไหม

甲：雨季天气怎么样? 雨水多吗?

ข：ฤดูฝนจะมีลมแรง ฝนตกชุก

乙：雨季风大，雨水充沛。

บทสนทนาที่ ๓ ภูมิอากาศและการผลิตทางเกษตร
会话 3　　　气候与农业生产

(เพื่อนสองคนพูดถึงเรื่องอิทธิพลภูมิอากาศที่มีต่อการปลูกกล้วย)
（两位朋友谈及气候对香蕉种植的影响。）

ก : กล้วยในตลาดปีนี้แพงกว่าปีที่แล้วตั้งเยอะ ราคากล้วยเพิ่มขึ้นหลายเท่า

甲：今年市场上的香蕉比去年贵多了，价格涨了好几倍。

ข : ทำไมราคาสูงขึ้นคะ

乙：为什么涨价了呢？

ก : ผมเห็นหนังสือพิมพ์รายงานว่า เพราะช่วงนี้อากาศแห้งแล้งและอากาศ
　　หนาวเย็นตั้งสองสามเดือน จึงมีผลต่อการเจริญเติบโตของกล้วย
　　ทำให้ผลผลิตลดลงครึ่งหนึ่ง

甲：我看到报纸上报道说，因为近来气候干燥，天气冷了两三个
　　月，影响了香蕉的生长，使产量下降了一半。

ข : นั่นนะสิ อากาศเปลี่ยนแปลงจะส่งผลกระทบต่อการเจริญเติบโตของ
　　พืชผลเป็นอย่างมาก

乙：可不是，气候变化会严重影响农作物的生长。

ก : กล้วยเป็นไม้ผลเขตร้อนและเป็นไม้ผลล้มลุกที่สามารถเจริญเติบโต
　　ได้ในสภาพภูมิอากาศแบบร้อนชื้น โดยเฉพาะในสภาพที่อากาศคงที่
　　จะทำให้กล้วยเจริญเติบโตและให้ผลผลิตอย่างต่อเนื่อง

甲：香蕉是一年生的热带植物，能在湿热的气候下生长，特别在恒
　　温的气候下会使香蕉生长并持续出产。

ข : อุณหภูมิที่เหมาะสมสำหรับการปลูกกล้วยคือเท่าไรคะ

乙：香蕉适合在多少度的气温下生长？

ก : ประมาณ ๓๐ ถึง ๔๐ องศา ถ้าอุณหภูมิต่ำเกินไปหรือมีอากาศหนาว
　　เย็นติดต่อกันนานจะทำให้การเจริญเติบโตช้าลง การออกปลีจะ
　　เนิ่นนานออกไป

甲：大约30至40度，如果气温过低或气候持续寒冷，香蕉的生长会
　　减缓，花期推迟。

บทสนทนาที่ ๔ ภูมิอากาศและภัยธรรมชาติ
会话 4　　　　气候与自然灾害

（นักศึกษาสองคนพูดถึงเรื่องภาวะโลกร้อนจะส่งผลให้เกิดภัยธรรมชาติ
และวิธีที่จะช่วยลดภาวะโลกร้อน）

（两位学生谈到全球气温上升会导致自然灾害，以及减缓全球气候
变暖的方法。）

ก：ระยะนี้ไทยฝนตกชุกหนาแน่น เกิดอุทกภัยในหลายพื้นที่ค่ะ

甲：这段时间泰国降雨量大，有些地方已经出现水灾了。

ข：อุณหภูมิของโลกสูงขึ้นก็จะทำให้ฝนตกบ่อยครั้งมากขึ้น แม้จะมี
　　หลายพื้นที่ที่ถูกน้ำท่วมอย่างหนัก แต่ก็มีอีกหลายพื้นที่ต้องพบกับสภาพ
　　อากาศที่แห้งแล้ง

乙：全球气温上升使得降雨增多，虽然有些地方遭遇了严重的水
　　灾，但有些地方却面临着干旱威胁。

ก：ภาวะโลกร้อนหรือการเปลี่ยนแปลงภูมิอากาศจะทำให้เกิดภัยธรรมชาติ
　　อะไรอีกคะ

甲：全球气候变暖或气候变化还会导致哪些自然灾害呢？

ข：ภาวะโลกร้อนจะส่งผลให้เกิดภัยธรรมชาติที่รุนแรง อาจจะนำไปสู่
　　ฝนแล้ง ไฟป่า และพายุเฮอร์ริเคน

乙：全球气候变暖会导致剧烈的自然灾害，造成久旱不雨、森林火
　　灾和飓风。

ก：ยังมีผลกระทบด้านเกษตร ด้านนิเวศ ด้านเศรษฐกิจ และด้าน
　　สุขภาพด้วย สร้างความเสียหายอย่างหนักทั้งชีวิตและทรัพย์สิน

甲：还对农业、生态、经济、健康造成影响，使生命和财产遭受严

重的损失。

ข : ใช่ครับ อันที่จริง เราสามารถช่วยกันลดภาวะโลกร้อนได้หลายวิธี

乙：是的。事实上，我们可以一起通过各种方式来减缓全球气候变暖。

ก : มีวิธีอะไรบ้างที่จะช่วยลดภาวะโลกร้อนได้คะ

甲：哪些方式能减缓全球气候变暖呢?

ข : อย่างเช่น ปลูกต้นไม้เพิ่มขึ้นเพื่อเพิ่มออกซิเจนให้อากาศ
ถอดปลั๊กเครื่องใช้ไฟฟ้าทุกครั้งที่เลิกใช้งานเครื่องใช้ไฟฟ้า
ใช้บันไดแทนการใช้ลิฟต์ ลดการใช้พลาสติก ไม่เปลืองอาหาร

乙：例如，多植树制造氧气，每次使用电器后将插头拔出，以爬楼
梯代替乘电梯，减少使用塑料，不浪费食物。

🎧 คำศัพท์ **词汇表**

อุณหภูมิ	气温	อากาศ	天气
ร้อน	热	ฤดู	季节
แดด	阳光	ปิกนิก(picnic)	野餐
ครีมกันแดด	防晒霜	หนาว	冷
ฝนตก	下雨	พายุฝน	暴风雨
ไฟฟ้าดับ	停电	น้ำท่วม	淹水
ซอย	巷子	แย่	糟糕
กรมอุตุฯ พยากรณ์	气象局预报	ท้องฟ้า	天空
มืดครึ้ม	阴	เปียก	湿
ร่ม	伞	ลม	风
ฟ้าแลบ	闪电	ฟ้าร้อง	打雷
ฟ้าผ่า	雷击	องศา	度
แตกต่าง	不同	ชัดเจน	清楚, 清晰
แห้ง	干燥	ผลกระทบ	影响

กว้างขวาง 广泛
พืช 植物
มนุษย์ 人类
ท่าจะ 看样子会，可能
ลดลง 减少
ชื้น 潮湿
เหงื่อ 汗
แอร์(air-conditioner) 空调
ฤดูร้อน 热季
ฤดูฝน 雨季
ชุก 繁多，频繁
อิทธิพล 影响
รายงาน 报告
กล้วย 香蕉
ผลผลิต 产物，产品
ล้มลุก 一年生（植物）
ต่อเนื่อง 持续，连续
ภัยธรรมชาติ 自然灾害
รุนแรง 剧烈
ไฟป่า 森林火灾
นิเวศ 生态
ต้นไม้ 树，树木
ออกซิเจน（oxygen） 氧气
ปลั๊ก（plug） 插头
บันได 楼梯
ลิฟต์（lift） 电梯

ภาวะ 状况，情况
สัตว์ 动物
พัด 吹，刮
ร้อนอบอ้าว 闷热
ชิน 习惯
เฉย 静，不动
ท่วม （汗）淌满，流满
ประหยัด 节省
ฤดูหนาว 凉季
เขต 区
ภูมิอากาศ 气候
หนังสือพิมพ์ 报纸
แห้งแล้ง 干燥
เติบโต 长大
พืชผล 农作物，农产品
คงที่ 固定，保持不变
ปลี 香蕉花蕾
อุทกภัย 水灾
ฝนแล้ง 久旱不雨
พายุเฮอร์ริเคน 飓风
ทรัพย์สิน 财产
เพิ่มขึ้น 增加
ถอด 拆
เครื่องใช้ไฟฟ้า 电器
แทน 代替
พลาสติก（plastic） 塑料

ข้อสังเกต 注释

1. ท่าจะ…或ท่า…จะ… 表示“看样子……，可能……”的意思。例如：

   อาจารย์ท่าจะไม่อยู่　看样子老师不在。

   ตอนนี้น้องท่าจะถึงแล้ว　弟弟现在可能到了。

   ท่าเขาจะยังไม่กลับ　他可能还没回。

   ท่าเขาจะไม่ชอบ　他可能不喜欢。

2. มา…（แล้ว）表示动作、行为或状态持续到现在，放在动词或动宾结构后，มา后面常常衔接一个表示时间的数量词词组。例如：

   เขาไม่ได้กลับบ้านมา ๓ ปีกว่า　他三年多没回家了。

   ผมกลับจากประเทศไทยมาหลายวันแล้ว　我从泰国回来好几天了。

   ไฟดับมา ๒ ชั่วโมงแล้ว　停电两个小时了。

3. ตั้งแต่…（ไป）จนถึง… 介词短语，表示“从……直到……”的意思，可以表示起止的时间或地点。例如：

   งานนี้จัดตั้งแต่ต้นเดือนไปจนถึงปลายเดือน
   这项活动从月初开始一直持续到月底。

   วันสงกรานต์เริ่มตั้งแต่วันที่ ๑๓ เมษายนจนถึงวันที่ ๑๕ เมษายน
   宋干节从4月13日开始持续到4月15日。

   เขาวิ่งตั้งแต่บ้านจนถึงโรงเรียน　他从家一直跑到学校。

คำศัพท์เพิ่มเติม 补充词汇

อุตุนิยมวิทยา　气象

แจ่มใส　晴朗

อบอุ่น　温暖

ลบ　零下

พระอาทิตย์　太阳

ครึ้มฝน　阴天

เย็นสบาย　凉爽

เซลเซียส（celsius）　摄氏度

ฤดูใบไม้ผลิ 春天

ฤดูใบไม้ร่วง 秋天

ฟ้าคะนอง 雷电交加

พายุโซนร้อน 热带风暴

มรสุม 暴风雨，季风

พายุหิมะ 暴风雪

พายุหมุน 旋风

พายุไต้ฝุ่น 台风

ลูกเห็บ 冰雹

น้ำค้าง 露水

เมฆ 云

น้ำแข็ง 冰

น้ำค้างแข็ง 霜

หมอก 雾

ปริมาณฝน 降雨量

ครึ้มฟ้าครึ้มฝน 阴云密布

ฝนซู่ 大雨

ระบบนิเวศ 生态系统

คลื่น 波浪

ดรรชนี 指数

ระวัง 小心

อันตราย 危险

เดินเรือ 行船

ลมกระโชก 强风

แปรปรวน 变化无常

รูปประโยคเพิ่มเติม 句型拓展

วันนี้อากาศไม่ค่อย...

今天天气不太……

ดูเหมือนว่าอากาศจะ

看上去天气会……

เกรงว่า...

恐怕……

อุณหภูมิเฉลี่ย...องศา

平均气温……度

...ตั้งอยู่ในเขต...

……地处……

แบบฝึกหัด 练习

一、写出下列词组的反义词。

ร้อน_____

แห้ง_____

เย็น_____

แรง_____

ดีขึ้น_____　　　　　ฟ้า_____

ต่ำ_____　　　　　　แจ่มใส_____

มาก_____

二、根据中文意思完成下列填空。

1. _____ เฉลี่ยประมาณ ๓๕ องศา

　　气温平均35度。

2. ฤดูหนาวที่กรุงเทพฯ อากาศดี _____

　　曼谷的凉季天气最好。

3. ระยะนี้อากาศ _____ ร้อน

　　最近天气比较热。

4. ฤดูหนาวในหนานหนิงเริ่ม_____เดือนพฤศจิกายน _____ เดือนกุมภาพันธ์

　　南宁的冬天从11月份开始持续到2月份。

5. ประเทศจีนอยู่ใน_____

　　中国地处温带。

三、用泰语表达下列句子。

1. 这个月天气不太好。

2. 广西下雪吗？

3. 这段时间南部天气怎么样？

4. 他的朋友看样子有事在身。

5. 今天最低气温大约零下5到10摄氏度。

6. 曼谷年平均气温36度。

7. 道路被水淹了。

8. 今天天气很凉爽。

9. 最近经常下雨。

10. 昨天下大雪。

11. 早晚温差很大。

12. 北部的凉季很冷吗？

13. 泰国的雨季从6月中持续到11月。

14. 气候变化会影响农作物的生长。

四、用泰语谈论自己家乡所在地的春、夏、秋、冬天气情况。

ความรู้ที่เกี่ยวข้อง **常识**

　　泰国位于亚洲中南半岛中部，地处北纬5°30″至北纬21°，东经97°30″至105°30″。泰国属于热带季风气候类型，平均气温在19°C–38°C，大部分地区年降雨量达到1200–1600毫米，雨水充沛。

　　泰国分三个季节，即热季、雨季和冬季。泰国2月至4月为热季，东北季风转变为西南季风，气温平均32°C–38°C。特别在4月份，正午太阳当头，热量十足，气候普遍炎热干旱。5月至10月为雨季，平均温度维持在27°C–28°C左右。11月至次年1月为冬季，平均气温为19°C–26°C。北部和东北部早晚温度较低。泰国的南部属于雨林气候类型，全年气候炎热而潮湿，可以分为两个季节，即雨季和热季。

บทที่ ๙ การซื้อของ
第九课 购物

รูปประโยคพื้นฐาน 基本句型

ฉันอยากซื้อ/ได้...	我想买……
...ไปหน่อย	……了一点儿
ขอลอง...หน่อย	请给我试一下……
...ขายอย่างไร	……怎么卖?
...ละ...บาท	每……铢
...（ราคา）เท่าไร	……多少钱?
ทั้งหมด...บาท	一共……铢
ช่วย...ด้วย	帮助（做）……，请帮……
...ขายดี	……卖得好
มี...（ขาย）ไหม	有……（卖）吗?
ขอดู...หน่อย	请给我看一下……

ประโยคทั่วไป 常用句子

ราคาเท่าไร	多少钱?
ลดได้เท่าไร	可以减价多少?
ลดหน่อยได้ไหม	可以便宜点吗?
แพงจังเลย ลดอีกหน่อยได้ไหมครับ	真贵，再便宜点可以吗?
คุณให้เท่าไร	你开价多少?
คุณว่าอย่างไหนดีคะ	你说哪样好?
เอาแบบไหนดีคะ	你要哪种类型的?

ชอบสีอะไรคะ	喜欢什么颜色？
สำหรับผู้หญิงหรือผู้ชาย	女式还是男式的？
สินค้าพวกนี้ปลอดภาษีใช่ไหมครับ	这些商品免税吗？
ขอโทษค่ะ แผนกเสื้อผ้าเด็กอยู่ที่ไหนคะ	对不起，童装部在哪里？
คุณต้องการอะไรอีกไหมครับ	您还需要什么吗？
จะซื้ออย่างอื่นด้วยไหมคะ	还买点别的吗？
เงินสดหรือบัตรเครดิตคะ	现金还是信用卡（付款）？
คุณเคยซื้อของในอินเทอร์เน็ตไหมคะ	你在网络上购物过吗？
คุณมีบริการส่งไหม	你有送货服务吗？
ส่งของภายในกี่วัน	几天之内送货？
ราคาแพงไปหน่อย	有点儿贵了。
ผมจ่ายเงินสด	我付现金。
ช่วยออกบิล/ใบเสร็จรับเงินให้ด้วยนะครับ	帮开发票。
ผมอยากเปลี่ยนเป็นตัวอื่น	我想换成其他的。
ดิฉันอยากคืนสินค้า	我想退货。
เพิ่งวางตลาด	刚上市。
ซื้อหนึ่งแถมหนึ่ง	买一送一。
ผมลดให้เป็นพิเศษ	我给特价。
รับประกัน ๑ ปี	质量保证一年。

กระเป๋าถือ เข็มขัด รองเท้าสีเข้ากันจัง

提包、皮带和鞋子的颜色很搭配。

มีของให้เลือกเยอะเลย แถมราคาไม่แพงด้วย

有很多东西可以挑选，而且价格也不贵。

คุณเปรียบเทียบกับราคาตลาดได้	你可以和市场价格作比较。

ต้องเปิดใช้บริการธนาคารออนไลน์ถึงจะซื้อของทางอินเทอร์เน็ตได้

要开通网银服务才能在网络上购物。

ปกติส่งทางไปรษณีย์	通常是邮递送货。

🎧 **การสนทนา 情景对话**

บทสนทนาที่ ๑ ที่ห้างสรรพสินค้า
会话 1　　　　在商场

（ลูกค้าคนหนึ่งกำลังซื้อเสื้อเชิ้ตที่ห้างสรรพสินค้า）
（一位顾客正在商场购买衬衫。）

ก：มีอะไรให้ช่วยไหมคะ
甲：有什么可以帮您的吗？

ข：ผมอยากซื้อเสื้อเชิ้ตสักตัวครับ
乙：我想买件衬衫。

ก：ค่ะ ใส่เองหรือเปล่าคะ
甲：好的，是自己穿吗？

ข：ครับ ผมจะเอาแบบในตู้โชว์
乙：是的，我想要橱窗里的款式。

ก：นี่ค่ะ ลองดูก่อนได้นะคะ
甲：给您，可以先试穿看看。

ข：เล็กไปหน่อย มีใหญ่กว่านี้ไหมครับ
乙：小了一点，有比这件大的吗？

ก：ใส่ขนาดอะไรคะ
甲：穿什么尺寸的呢？

ข：ขนาด L ครับ ขอลองตัวนี้หน่อย
乙：大号的，请给我试一下这件。

ก：ค่ะ ห้องลองอยู่ใกล้บันไดเลื่อนค่ะ
甲：有，试衣间在扶梯附近。

（เมื่อลองใส่เสื้อเรียบร้อย）
（试穿后）

ข：สีตกไหมครับ

乙：会褪色吗?

ก：ไม่ตกค่ะ คุณต้องแยกผ้าขาวออก ซักด้วยน้ำเปล่าหนึ่งครั้งก่อน
จะดีกว่าค่ะ

甲：不褪色，你要把白色的衣服分出来，先用清水洗一遍比较好。

ข：เอาตัวนี้นะครับ จ่ายเงินที่ไหนครับ

乙：要这件吧，在哪里付款?

ก：กรุณาจ่ายเงินที่เคาน์เตอร์

甲：请到柜台付款。

ข：ใช้บัตรเครดิตได้ไหมครับ

乙：可以用信用卡吗?

ก：ได้ค่ะ

甲：可以。

บทสนทนาที่ ๒ ที่ตลาด
会话 2　　在市场

（ซื้อผลไม้ที่ตลาด）

（在市场买水果。）

ก：ส้มจีนขายอย่างไร

甲：潮州柑怎么卖?

ข：ส้มจีนสด ๆ หนึ่งโลแค่ ๒๕ บาทเท่านั้น

乙：新鲜的潮州柑一公斤才25铢。

ก：ลูกมันดูเล็กจัง ยังเขียวอยู่เลย กินได้หรือยัง

甲：果实看上去很小，还是青的，能吃了吗?

ข：มันสุกพอดี กินได้แล้ว

乙：熟得刚好，可以吃了。

ก：ลดอีกได้ไหม

甲：还能便宜吗?

ข：ลดเต็มที่แล้ว

乙：不能再少了。

ก：เอาสองโลแล้วกัน ช่วยเลือกให้หน่อย

甲：要两公斤吧，帮挑一下。

ข：มังคุดก็หวานนะ โลละ ๓๐ บาท

乙：山竹也很甜，每公斤30铢。

ก：น่ากินจัง ขอชิมสักลูกได้ไหม

甲：看上去很好吃，可以尝一个吗?

ข：ได้ จะรับลำไยกับเงาะด้วยไหม

乙：可以，还要龙眼和红毛丹吗?

ก：ไม่ล่ะ เอามังคุดสามโล ทั้งหมดเท่าไรคะ

甲：不了，山竹要三公斤，一共多少钱?

ข：ทั้งหมด ๑๔๐ บาท

乙：一共140铢。

ก：นี่ ๒๐๐ บาทถ้วน

甲：这里200铢整。

ข：ไม่มีทอน มีแบงค์ย่อยไหมคะ

乙：没钱找，有零钱吗?

ก：รอแป๊บนะ ขอไปแลกแบงค์ก่อน เดี๋ยวช่วยเอาผลไม้ไปส่งที่รถด้วยนะคะ

甲：等一会儿，我先去换一下零钱，待会儿帮忙把水果送到车上

去。

บทสนทนาที่ ๓ การซื้อของทางอินเทอร์เน็ต
会话 3　　　　网络购物

(คุณโจวหมิงสอนคุณต้น เพื่อนคนไทยซื้อเครื่องปั่นน้ำผลไม้ทางอินเทอร์เน็ต)
（周明教泰国朋友盾上网购买果汁机。）

ก : โจวหมิงช่วยสอนวิธีซื้อของทางอินเทอร์เน็ตให้หน่อยได้ไหมครับ

甲 : 周明，教我在网上购物的方法可以吗？

ข : ได้ ต้นอยากซื้ออะไรครับ

乙 : 可以，你想要买什么？

ก : ผมอยากได้เครื่องปั่นน้ำผลไม้เครื่องหนึ่ง

甲 : 我想要一台果汁机。

ข : ยี่ห้อนี้ถูกดี ราคาปกติ ๓๙๙ หยวน ตอนนี้รุ่นใหม่มีราคาโปรโมชั่น

๒๗๙ หยวน

乙 : 这个牌子便宜，平时价格399元，现在新款促销价格279元。

ก : จริงหรือ ประหยัดร้อยละ ๓๐ ทันที

甲 : 真的吗？马上省了百分之三十。

ข : แต่มีค่าจัดส่งแบบ EMS ๑๐ หยวน คืนสินค้าได้ภายใน ๑๕ วัน

จะเอาไหมครับ

乙 : 有10元EMS运费，15天之内可以退货，要吗？

ก : มีหลายคนเห็นว่าสินค้าตัวนี้ดี ตกลงซื้อเลยครับ ทำยังไงครับ

甲 : 很多人评价这款商品不错，决定买了，怎么做呢？

ข : ตรวจจำนวนสินค้าที่สั่งซื้อและราคา คลิกเพื่อใส่ตะกร้า แล้วยืนยัน

การสั่งซื้อ เลือกที่อยู่สำหรับจัดส่ง

乙 : 检查购买商品的数量和价格，点击加入篮子，然后确认订购，

选择派送地址。

ก : ต้องใช้บัตรธนาคารใช่ไหม

甲 : 要用银行卡是吗？

ข: ครับ ต้องเลือกชนิดบัตรธนาคาร สุดท้ายระบุหมายเลขบัตรธนาคาร
และรหัสบัตร

乙：是的，要选择银行卡的种类，最后输入银行卡号码和密码。

ก: ซื้อของผ่านทางอินเทอร์เน็ตนี่ทั้งสะดวกและรวดเร็วนะ

甲：在网上购物既方便又快捷。

บทสนทนาที่ ๔ การซื้อของฝาก
会话 4　　　购买纪念品

(ลูกค้าคนหนึ่งซื้อของฝากที่ร้านผ้าไหมไทย)
（一位顾客在泰丝商店购买纪念品。）

ก: มีของที่ทำจากผ้าไหมไหมคะ

甲：有丝制产品吗？

ข: มีครับ ที่นี่จำหน่ายผลิตภัณฑ์ผ้าไหมไทยทุกชนิดครับ มีผ้าพันคอ
กระเป๋า ปลอกหมอน เน็คไทครับ

乙：有，这里出售各种泰丝产品，有围巾、包、枕套和领带。

ก: ดิฉันอยากได้ผ้าพันคอไหมผืนหนึ่งค่ะ

甲：我想要一条丝绸围巾。

ข: นี่เป็นตัวอย่างครับ

乙：这是样品。

ก: มีสีอื่นไหม ขอดูหน่อยค่ะ

甲：有其他颜色吗？请给我看一下。

ข: มีให้เลือกหลายสีครับ

乙：有好几种颜色可以选择。

ก: สีฟ้าผืนนี้ลายสวยมาก ไหมแท้ ใช่ไหมคะ

甲：蓝色的这条花纹很漂亮，是真丝的吗？

ข: ครับ ผลิตภัณฑ์ผ้าไหมไทยของร้านเราคุณภาพดี เหมาะสำหรับเป็น

ของฝากและเป็นของที่ระลึกในโอกาสต่าง ๆ ครับ

乙：是的，我们店里的泰丝产品质量好，适合做礼物和各种场合的
　　纪念品。

ก：เอาผืนนี้ ห่อของขวัญให้ด้วยนะคะ มีกระโปรงผ้าไหมไหมคะ

甲：要这条，请把礼物包装起来。有泰丝裙子吗？

ข：มีครับ ซื้อใส่เองหรือเป็นของขวัญครับ

乙：有，是买来自己穿还是送礼？

ก：จะซื้อเป็นของขวัญค่ะ มียาวกว่าตัวนี้ไหมคะ

甲：买来送礼，有比这条长的吗？

ข：ไม่มีครับ เลือกแบบอื่นก็ได้ครับ

乙：没有，选其他的款式也可以。

ก：ไม่เอาดีกว่า ขอบคุณค่ะ

甲：不用了，谢谢。

ข：โอกาสหน้าเชิญใหม่ครับ

乙：欢迎下次惠顾。

🎧 **คำศัพท์　词汇表**

ราคา	价格	แพง	贵
สินค้า	商品	ปลอดภาษี	免税
อินเทอร์เน็ต(internet)	网络	เงินสด	现金
แถม	添加，附加	พิเศษ	特殊
รับประกัน	保证，保险	กระเป๋าถือ	手提包
เข็มขัด	皮带	รองเท้า	鞋子
เสื้อเชิ้ต	衬衫	ตู้โชว์	橱窗
ขนาด	型号	บันไดเลื่อน	电扶梯
ตก	褪，掉	ซัก	洗

สัม 柑、橘、橙的总称
มังคุด 山竹
เงาะ 红毛丹
ทอน 找零钱
แป๊บ 一下子，一会儿
ปั่น 榨
ถูก 便宜
โปรโมชั่น(promotion) 促销
ตรวจ 检查
ตะกร้า 篮子
สะดวก 方便
ของฝาก 纪念品，手信
ผลิตภัณฑ์ 产品
ปลอกหมอน 枕套
ผืน 张（量词）
ลาย 花纹
คุณภาพ 质量
ห่อ 包装
เต็มที่ 尽力，竭力
ลำไย 龙眼
ถ้วน 整，足
แบงค์ย่อย 零钞
เครื่อง 机器；台（量词）
ยี่ห้อ 品牌
รุ่น 代
ทันที 马上
คลิก(click) 点击
ยืนยัน 证实，确认
รวดเร็ว 迅速
ผ้าไหม 丝绸
ผ้าพันคอ 围巾
เน็คไท (necktie) 领带
ตัวอย่าง 样品
แท้ 真实，正牌
กระโปรง 裙子

ข้อสังเกต 注释

1. ละ 表示“每……，每一……”的意思，用在量词后，后面连接一个数量词。例如：

   เขาทานข้าววันละ ๓ มื้อ 他每天吃三顿饭。

   นักศึกษาได้หนังสือคนละ ๕ เล่ม 学生每人得到五本书。

2. ...（ก็）แล้วกัน 是语气短语，意思是“算了，罢了，吧”等。在口语中，常放在句末，有做最后打算或决定的意思。例如：

ถ้าอย่างนั้น ฉันซื้อหนังสือเล่มนี้ก็แล้วกัน　我就买这本书了。

วันนี้ไม่ว่าง พวกเราไปพรุ่งนี้ก็แล้วกัน　今天没空，我们明天去吧。

เอาอย่างนี้ก็แล้วกัน พวกเราไปทานข้าวก่อน แล้วค่อยไปดูหนัง
就这样定了，我们先去吃饭，再去看电影。

3. ทั้ง　连词，用来强调两个或两个以上的人或事物，常与และ连用为
ทั้ง...และ...表示"和，连同"的意思。此外，ทั้ง...และ...还可以表
示"既……又……，又……又……"的意思。例如：

ทั้งพ่อและแม่ต่างก็ไม่กินเผ็ด　爸爸和妈妈都不吃辣。

นั่งเครื่องบินไปทั้งสะดวกและสบาย　坐飞机去既方便又舒适。

‖ คำศัพท์เพิ่มเติม　补充词汇 ‖

ลูกค้า　顾客	ชำระ　付，结算
อุดหนุน　支持	ต่อราคา　讲价，砍价
สมนาคุณ　报酬，酬谢	กำนัล　馈赠，赠送
คูปอง(coupon)　优惠券	คุ้มค่า　值得，合算
ขายส่ง　批发	ขายปลีก　零售
สวม　穿	ไซส์(size)　型号
สไตล์(style)　风格	ล้าสมัย　过时
คู่มือการใช้งาน　使用说明书	
ใบรับประกันสินค้า　商品保修卡	
ลงทะเบียน　注册	เข้าสู่ระบบ　登陆
เข้าคิว　排队	ชุดสูท(suit)　西装
เสื้อแขนยาว　长袖衣	เสื้อยืด　T恤
กางเกงชั้นใน　内裤	กางเกงขาสั้น　短裤
ยกทรง　胸罩	เสื้อกล้าม　背心
ชุดว่ายน้ำ　泳衣	ชุดนอน　睡衣

เสื้อนวม 棉衣　　　　　　　เสื้อกีฬา 运动衣
เครื่องแบบ 制服　　　　　　กางเกงยีนส์ 牛仔裤
ถุงเท้า 袜子　　　　　　　　รองเท้าแตะ 拖鞋
หมวก 帽子　　　　　　　　　แว่นตา 眼镜
แว่นตากันแดด 墨镜　　　　　สร้อยคอ 项链
กำไลมือ 手镯　　　　　　　แหวน 戒指
ต่างหู 耳环

รูปประโยคเพิ่มเติม　句型拓展

ฉันอยากซื้อ...ไม่ทราบว่ามีหรือเปล่า
我想买……不知道有没有？

...กี่บาท　　　　　　　　　……多少铢？

...ละเท่าไร　　　　　　　　每……多少钱？

ลดราคา...เปอร์เซ็นต์　　　　打……折

แบบฝึกหัด　练习

一、根据中文意思完成下列填空。

1. แตงโม＿＿＿＿＿＿＿
   西瓜怎么卖？

2. เครื่องแบบชุด＿＿＿＿＿＿เท่าไร
   制服一套多少钱？

3. ＿＿＿＿＿＿๒๐๐ บาทครับ
   一共200铢。

4. ควรตรวจสอบราคาหลาย ๆ ที่ เพื่อให้ได้ของที่ ＿＿＿＿＿＿
   为了得到物美价廉的东西，应当核对各个地方的价格。

5. _____ที่ผลิตจากผ้าไหมมีหลายแบบ

泰丝制的纪念品有好几个种类。

二、用泰语表达下列句子。

1. 请给我看一下那双鞋子。

2. 我想要一条白色的裙子。

3. 我没有现金。

4. 这个牌子的商品质量好。

5. 我买来自己穿的。

6. 网上的商品有很多选择。

7. 这条裤子太松（宽或大）了。

8. 比起绿色我更喜欢紫色。

9. 这家店的衣服大约打六折。

10. 这个女商贩常常找错钱。

三、用泰语模拟下列情景进行对话。

1. 以购物为主题，进行一段顾客与销售员的对话。

2. 向顾客推销一种商品。

3. 以网购为主题，进行一段对话。

ความรู้ที่เกี่ยวข้อง **常识**

　　泰丝是泰国别具一格的著名商品，深受世界各地游客的青睐。泰丝以手工织制闻名世界，泰丝质地柔软，车工精细，色泽鲜艳，图案设计丰富，是极具东方特色的织物，因而成为当地和各国游客喜爱购买的泰国手工艺特产之一。泰丝通常被用来制作服饰、领带、围巾、披肩、手帕、餐垫、床单和其他多种不同类型的商品。

　　泰国的夜市与步行街还出售吸引游客的五花八门的商品，例如：蜡染制品、棉麻制品、成衣、珠宝、银器、漆器和纸伞等，还有不少天然资源制作的手工艺品，如用柚木雕成的大象摆设物、水牛角制作的工艺品，以鳄鱼皮、蛇皮、珍珠鱼皮制成的钱包、皮包、皮带、皮鞋等，其做工精致，价格实惠。另外，泰国的胸针、锡箔画书签、冰箱贴、药膏、精油、陶瓷熏香器（香托、线香、塔香和花蜡烛）精致小巧，外观独特，形色各异，独具东南亚韵味，是各个旅游胜地常见的旅游小纪念品。值得一提的还有泰国远近闻名的食品特产，如水果干、酸角糖、榴梿糕以及用于烹饪泰式风味美食的调味料等。

บทที่ ๑๐ อาหารการกิน
第十课 饮食

รูปประโยคพื้นฐาน 基本句型

นี่เรียกว่า...	这个叫……
...ถูกปากไหม	……合胃口吗?
แพ้อาหาร...	对……（食物）过敏
เอา / ขอ...หนึ่งที่	要一份……
...ใช้ได้	……不错
สั่ง...ไหม	点……吗?
...ดูน่ากิน	……看上去好吃
ติดใจ...มาก	很喜欢……

🎧 ประโยคทั่วไป 常用句子

ที่นี่มีอะไรอร่อยคะ	这里有什么好吃的?
นี่เรียกว่าอะไร	这个叫作什么?
ไปกินข้าวที่ร้านนี้ดีไหมครับ	去这家店吃饭好吗?
แถวนี้มีร้านอาหารมังสวิรัติไหม	这一带有素食店吗?
โต๊ะนี้ว่างไหมครับ	这张桌子空吗?
ร้านนี้ต้องให้ทิปหรือเปล่า	这家店要不要给小费?
เขาบอกให้กินกันไปก่อนเลย เดี๋ยวเขาตามมา	
他说让（我们）先吃，待会儿他过来。	
ผมทานได้ทุกอย่าง	我什么都可以吃。
ขอน้ำเปล่าครับ	请给我白开水。

ไม่ใส่ผงชูรส 不放味精。
เติมข้าวอีกหน่อยนะคะ 再加一点饭。
ลองชิมดูนะคะ ถ้าจืดไปเติมน้ำปลาได้
尝尝看，如果太淡了可以加鱼露。
เอาข้าวผัดกะเพราไม่ใส่ไข่ดาวนะ 要甲抛叶炒饭，不放煎蛋。
เอาก๋วยเตี๋ยวไก่ เล็กแห้ง ๑ ชาม ใหญ่น้ำ ๑ ชาม
要鸡肉粉，一碗干捞细米粉，一碗汤粉宽米粉。
นี่ขนมเบื้องค่ะ เหลือง ๆ นั่นฝอยทอง
这是泰式春卷，黄色的是甜蛋丝。
ต้มยำกุ้งเป็นอาหารที่มีชื่อ 冬阴功是著名的食品。
ถูกปากทุกคน 合大众口味。
เราไม่ควรกินทิ้งกินขว้าง 我们不应该随意浪费食物。
อาหารบุฟเฟ่ต์หัวละ ๕๐๐ บาท 自助餐每人500铢。
ดิฉันขอเป็นเจ้ามือนะคะ 我请客。
คิดตังค์ด้วยค่ะ 结账。

การสนทนา 情景对话

บทสนทนาที่ ๑ การเลี้ยงอาหารที่บ้าน
会话1 在家请客

（คุณหลิวหยีเลี้ยงเพื่อนคนไทยที่บ้าน）
（刘仪请泰国朋友到家里吃饭。）

ก：ปกติกินข้าวนอกบ้านหรือทำกับข้าวกินเองคะ
甲：平时你在外面吃饭还是自己做饭吃？

ข：ทำเองครับ ผมทำกับข้าวเป็นหลายอย่าง
乙：自己做，我会做好几样菜。

ก： นี่เรียกว่าอะไรคะ

甲：这是什么?

ข： เกี๊ยว คุณเคยกินไหม นี่เป็นอาหารจานเด็ดของผม ลองชิมดูสิ

乙：饺子，吃过吗? 这是我的拿手菜，尝一下看看。

ก： ดูน่ากินจังค่ะ

甲：看起来很好吃。

ข： มีอีกนะครับ หมูสับนึ่งไข่เค็ม ซี่โครงหมูอบน้ำผึ้ง เต้าหู้ยัดไส้ ผัดผักกาดขาว
และซุปรากบัว

乙：还有呢，碎肉蒸咸蛋、蜜汁排骨、酿豆腐、炒白菜和莲藕汤。

ก： มีกับข้าวมากมายหลายอย่าง คุณหลิวหยีเก่งมากเลย

甲：菜肴很丰盛，刘仪你真能干!

ข： ผมชอบทำอาหารกินเอง ลงมือเลยครับ

乙：我喜欢自己烹饪，动手吧。

ก： กลิ่นหอมจังเลยค่ะ รอไม่ไหวแล้ว

甲：味道很香，我已经迫不及待了。

ข： กินเยอะ ๆ ตามสบายครับ

乙：多吃些，请随意。

（เมื่อทานอาหารเสร็จ）

（用餐完毕后）

ก： ฉันอิ่มแล้วค่ะ

甲：我吃饱了。

ข： กินน้อยไปหน่อย ถูกปากไหมครับ

乙：吃得太少了，合胃口吗?

ก： อร่อยมากค่ะ ขอบคุณที่เลี้ยงอาหารนะคะ

甲：非常好吃，谢谢款待。

บทสนทนาที่ ๒ ที่ร้านอาหาร
会话2　　　　在餐馆

（ทานอาหารไทยที่ร้านอาหาร）
（在餐馆吃泰餐。）

ก：สวัสดีค่ะ เชิญข้างในค่ะ กี่ที่คะ
甲：您好，里面请，有几位？

ข：สองที่ครับ ขอเมนูหน่อยครับ
乙：两位，请给我菜单。

ก：มีอาหารจีน อาหารไทยและอาหารฝรั่ง จะรับอะไรดีคะ
甲：有中餐、泰餐和西餐，想吃什么呢？

ข：อาหารไทย มีอะไรอร่อยแนะนำบ้างครับ
乙：泰餐，有什么推荐吗？

ก：ทานอาหารทะเลไหมคะ
甲：吃海鲜吗？

ข：ผมแพ้อาหารทะเลครับ
乙：我对海鲜过敏。

ก：ลองอาหารพิเศษของร้านดูไหมคะ มีไก่ผัดขิงและคอหมูย่าง
甲：尝一下我们的特色菜吗？有姜丝鸡肉和炭烧猪颈肉。

ข：ดีครับ เอาข้าวผัดสับปะรดเพิ่มอีกหนึ่งที่ด้วยครับ
乙：好的，还要一份菠萝炒饭。

ก：ค่ะ จะดื่มอะไรดีคะ
甲：好的，喝点什么呢？

ข：โค้กขวดหนึ่งครับ
乙：一瓶可乐。

ก：เอาขวดลิตรหรือขวดเล็กคะ

甲：要一升装的还是小瓶的？

ข：ขวดเล็ก เย็น ๆ นะครับ
乙：小瓶的，要冰冻的。

ก：รอสักครู่ค่ะ
甲：请稍等。

（เมื่อทานอาหารเสร็จ）
（用餐完毕后）

ก：เป็นอย่างไรบ้างคะ อาหารร้านเราพอใช้ได้ไหมคะ
甲：味道如何？我们店的菜可以吗？

ข：รสชาติใช้ได้ ราคาก็ไม่แพง
乙：味道不错，价格也不贵。

ก：ขอบคุณมากค่ะ สั่งของหวานไหมคะ
甲：非常感谢，要点甜点吗？

ข：ไม่ละครับ อิ่มแล้ว เก็บเงินด้วยครับ
乙：不用了，饱了，买单。

บทสนทนาที่ ๓　งานเทศกาลอาหารอาเซียน
会话3　　　东盟美食节

（เพื่อนสองคนไปเที่ยวงานเทศกาลอาหารอาเซียน และกำลังอ่านเอกสาร
ประชาสัมพันธ์ของงาน）
（朋友两人去逛东盟美食节，正在阅读宣传资料。）

ก：งานเทศกาลอาหารอาเซียนปีนี้คึกคักดีนะ ดูสิมีอาหารสไตล์อาเซียน
　　มากมายหลายอย่าง
甲：今年的东盟美食节真热闹，看，有各式各样东南亚风味的美食。

ข：จริงด้วย เห็นเขาว่ามีร้านอาหารมาขายตั้ง ๕๐ กว่าร้าน มีอาหารขึ้นชื่อ

ของประเทศอาเซียนมาให้ชิมครบเลย

乙：真的呢，听说今年有50多家店来参加活动，可以尝遍东盟国家的各种著名美食。

ก：นั่นสิ ไม่ต้องบินไปไกลถึงต่างประเทศก็มีโอกาสได้กิน

甲：可不是嘛，用不着飞到国外也能品尝到。

ข：บูธอาหารไทยก็มีนะ อยู่โซน B มีทั้งของคาว ของหวาน ไปกันเถอะ

乙：也有泰国的展位呢，在B区，有菜肴和甜品，一起去吧。

（ที่บูธอาหารไทย）

（在泰国展位）

ก：ข้าวเหนียวมะม่วงดูน่ากิน ส้มตำ และไก่ย่างก็ดูดี ดูสิลูกค้าแน่นร้านเลย

甲：芒果糯米饭看上去很好吃，凉拌酸辣木瓜丝和烤鸡也不错，看呀，挤满了顾客。

ข：ดูป้ายนั้นสิ เขาว่ามีพ่อครัว แม่ครัว มาสาธิตการทำอาหารอาเซียนให้ดูด้วยนะ

乙：看那块牌子，说是有厨师示范烹饪东盟食品。

ก：อ๋อ ใช่ มีสาธิตการทำสะเต๊ะเนื้อของอินโดนีเซีย ปอเปี๊ยะทอดของเวียดนามและแกงกะหรี่ของมาเลเซีย เป็นเมนูเด็ดของแต่ละชาติเลยนะ

甲：噢，是的，有印尼沙爹肉串、越南炸春卷和马来西亚咖喱汤烹饪表演，都是各国的绝活。

ข：โอกาสอย่างวันนี้หายาก ถ้าพลาดก็เสียดายแน่เลย

乙：像今天这样的机会难得，要是错过一定会遗憾的。

ก：ยังมีกิจกรรมอื่นด้วยนะ มีการแสดงดนตรี และแข่งขันทำอาหาร

甲：还有其他的活动呢，有音乐表演和烹饪比赛。

ข：ไปดูกันไหม

乙：一块儿去看吗？

ก：ไปเถอะ

甲：去吧。

บทสนทนาที่ ๔ วิธีทำต้มยำกุ้ง
会话4　　　　冬阴功烹饪的方法

（คุณจ๋าสอนวิธีการทำต้มยำกุ้งให้คุณโจวหมิง）
（查教周明冬阴功的做法。）

ก：ผมติดใจต้มยำกุ้งมาก จ๋าทำเป็นไหมครับ
甲：我很喜欢吃冬阴功，查你会做吗？

ข：ทำเป็นค่ะ แหม โจวหมิงก็ชอบต้มยำกุ้งเหมือนกันหรือคะ
乙：会做。啊，周明也喜欢吃冬阴功呀？

ก：ชอบครับ จ๋าช่วยสอนวิธีทำให้ผมหน่อยเถอะ
甲：喜欢，查教我做一下吧。

ข：ได้ค่ะ เริ่มจากปอกเปลือกกุ้ง เหลือหางไว้เพื่อความสวยงาม แล้วล้างเห็ดฟางให้สะอาดหั่นเป็นสี่ส่วน หลังจากนั้นต้มน้ำ พอเดือดใส่กุ้ง ตามด้วยเห็ดฟาง ตะไคร้ทุบ ใบมะกรูดฉีก ปรุงรสด้วยน้ำปลา น้ำมะนาว และพริกขี้หนู ก่อนเสิร์ฟโรยผักชี
乙：可以。先剥虾壳，为了美观把虾尾留着，然后洗净草菇，切成四块。之后烧水，水开了放虾，接着放草菇，碎香茅，碎柠檬叶，加鱼露、柠檬汁和小米椒调味，吃之前撒上香菜。

ก：ฟังแล้วน้ำลายไหลไม่รู้ตัวเลย
甲：听了不知不觉都流口水了。

ข：ทำเมื่อไร อย่าลืมชวนจ๋าไปชิมนะคะ
乙：什么时候做，别忘了叫我去尝一尝啊！

คำศัพท์　词汇表

อาหารมังสวิรัติ　素食　　　　ทิป（tip）　小费

ผงชูรส　味精　　　　　จืด　淡

น้ำปลา　鱼露　　　　　ข้าวผัด　炒饭

กะเพรา　甲抛叶　　　　ไข่ดาว　煎蛋

ก๋วยเตี๋ยว　粿条　　　　ไก่　鸡

ชาม　碗　　　　　　　ขนมเบื้อง　泰式春卷

ฝอยทอง　甜蛋丝　　　　ต้มยำกุ้ง　冬阴功

ถูกปาก　合口味　　　　บุฟเฟต์(buffet)　自助餐

เจ้ามือ　庄家, 场主　　กับข้าว　菜, 菜肴

เกี๊ยว　饺子　　　　　น่า　值得

หมูสับ　碎肉　　　　　นึ่ง　蒸

ไข่เค็ม　咸蛋　　　　　ซี่โครง　排骨

อบ　烤, 焖　　　　　น้ำผึ้ง　蜜糖

เต้าหู้　豆腐　　　　　ยัด　塞, 填

ไส้　馅　　　　　　　ผัด　炒

ผักกาดขาว　白菜　　　ซุป(soup)　汤

รากบัว　莲藕　　　　　ลงมือ　动手

กลิ่น　气味　　　　　หอม　香

อิ่ม　饱　　　　　　　ไหว　得, 能够

เมนู(menu)　菜单　　　อาหารทะเล　海鲜

แพ้　过敏　　　　　　ขิง　姜

ย่าง　烤　　　　　　　ข้าวผัดสับปะรด　菠萝炒饭

ขวด　瓶　　　　　　　รสชาติ　味道

เทศกาล　节日　　　　อาเซียน(ASEAN)　东盟

เอกสารประชาสัมพันธ์งาน　宣传资料　คึกคัก　热闹

ขึ้นชื่อ　著名, 扬名　　　ครบ　齐全

บู้ธ(booth)　展位　　　โซน(zone)　区域, 地带

ขนมหวาน　甜点　　　　ของคาว　菜肴, 荤菜

ข้าวเหนียวมะม่วง　杧果糯米饭　　ส้มตำ　凉拌酸辣木瓜丝

ไก่ย่าง　烤鸡　　　　　　　　สาธิต　表演，示范

สะเต๊ะเนื้อ　沙爹肉串

อินโดนีเซีย(Indonesia)　印度尼西亚

ปอเปี๊ยะทอด　炸春卷　　　　　แกงกะหรี่　咖喱汤

มาเลเซีย(Malaysia)　马来西亚　　เด็ด　卓越

พลาด　错过　　　　　　　　การแสดง　表演

ดนตรี　音乐　　　　　　　　ติดใจ　倾心，喜欢

ปอก　剥　　　　　　　　　เปลือก　壳

เหลือ　留　　　　　　　　　หาง　尾

ล้าง　清洗　　　　　　　　เห็ดฟาง　草菇

หั่น　切　　　　　　　　　ต้ม　煮，烧

เดือด　（水）开，沸　　　　ตะไคร้　香茅

ทุบ　捣碎　　　　　　　　ใบมะกรูด　苦橙叶

ฉีก　撕　　　　　　　　　พริกขี้หนู　小米椒

โรย　撒　　　　　　　　　ผักชี　香菜

น้ำลายไหล　流口水

ข้อสังเกต　注释

1. น่า 置于动词前，表示"可，好，令人，值得"的意思。例如：
   เด็กคนนี้น่ารักมาก　这个孩子很可爱。
   หนังเรื่องนี้น่าดู　这部电影好看。
   ผมได้ยินว่าภูเก็ตน่าเที่ยวมาก　我听说普吉非常值得去游玩。

2. ทาน 动词，表示"吃"的意思。根据不同场合与对象，泰语中可
   以表达"吃"的词很多，如กิน和รับ为口语，ทาน和รับประทาน为
   文雅用语；เสวย为皇室用语，意为"用膳"；ฉัน为佛教僧人用

语，意为"进食"。例如：

ฉันกินไม่ลง 我吃不下。

อาจารย์ทานข้าวหรือยังคะ 老师吃饭了吗?

พระฉันเช้า 僧人进早餐。

3. ที่可以表示"份"的意思。例如：

ขอข้าวผัด ๒ ที่ 要两份炒饭。

ขอกาแฟที่หนึ่ง 要一杯咖啡。

4. แต่ละ表示"每，每个"的意思。与ทุก的意思接近，但有所区别。

แต่ละ侧重于从每个个体上看事物相同或不同的性质，ทุก侧重于从整体上看事物的相同性质。例如：

ทุกคนชมว่าอาหารไทยอร่อย แต่แต่ละคนมีอาหารที่ชอบไม่เหมือนกัน
大家都称赞泰餐好吃，但每个人喜欢的食物不一样。

หนังสือทุกเล่มราคาไม่แพง แต่ละเล่มน่าอ่านทั้งนั้น
每本书的价格不贵，每一本都值得读。

คำศัพท์เพิ่มเติม 补充词汇

ภัตตาคาร	饭馆, 餐厅, 酒楼	โภชนาการ	营养
หิว	饿, 饥	จาน	碟子
ช้อน	勺, 匙, 调羹	ส้อม	叉子
มีด	刀	ตะเกียบ	筷子
หม้อ	锅	ถ้วย	杯, 盅
แก้ว	杯子	ถาด	托盘
ทิชชู่(tissue)	餐巾纸	เค็ม	咸
เปรี้ยว	酸	ขม	苦
เผ็ด	辣	กรอบ	酥, 脆
นุ่ม	软	ปิ้ง	烤, 烘

ไม้จิ้มฟัน 牙签   หลอด 吸管

ของกินเล่น 零食，小吃   อาหารว่าง 零食

บะหมี่ 面条   วุ้นเส้น 粉丝

เกี๊ยวน้ำ 馄饨   ข้าวต้ม 粥，稀饭

โจ๊ก 粥   ถั่วเขียว 绿豆

เต้าหู้ 豆腐   หอย 贝，贝类

เป็ด 鸭   ห่าน 鹅

เนื้อวัว 牛肉   หมูหยอง 肉松

กุนเชียง 香肠   ไส้กรอก 香肠

หมูแฮม 火腿   หมูสามชั้น 五花肉

ลูกชิ้น 肉丸   เครื่องใน 内脏

ปลาหมึก 墨鱼   หูฉลาม 鱼翅

เป๋าฮื้อ 鲍鱼   รังนก 燕窝

เครื่องปรุง 调料   กะปิ 虾酱

น้ำมัน 油   ซีอิ๊ว 酱油

น้ำส้มสายชู 醋   ซอส(sauce) 酱料

น้ำจิ้ม 蘸料   น้ำตาลทราย 砂糖

ต้นหอม 葱   กระเทียม 蒜

พริกไทย 胡椒   ขนมปัง 面包

เค้ก(cake) 蛋糕   บัวลอย 汤圆

ปาท่องโก๋ 油条   โรตี 飞饼，印度煎饼

น้ำอัดลม 汽水   เป๊ปซี่(pepsi) 百事可乐

แฟนต้า(fanta) 芬达   สไปรท์(sprite) 雪碧

เบียร์(beer) 啤酒   วิสกี้(whisky) 威士忌

เหล้าขาว 白酒   กาแฟ(coffee) 咖啡

น้ำโซดา(soda) 苏打水   นมสด 鲜奶

นมเปรี้ยว/โยเกิร์ต(yogurt) 酸奶/优格   ไอศกรีม(ice cream) 冰激凌

รูปประโยคเพิ่มเติม 句型拓展

คุณเคยกิน...ไหม	你吃过……吗?
...เผ็ด/เปรี้ยวไหม	……辣/酸吗?
อย่าใส่...เยอะ	不要放太多……
กิน...ไม่เป็น	吃不了……

แบบฝึกหัด 练习

一、根据中文意思完成下列填空。

1. อาหารจีน_____ไหม
   中餐合胃口吗?

2. ปริมาณโปรตีนในอาหาร_____ชนิดไม่เท่ากัน
   每种食物里的蛋白质含量都不相同。

3. คุณกิน_____หรือยัง
   你吃饱了吗?

4. อย่าใส่_____เยอะนะ กิน_____ไม่ได้
   别放太多辣椒，我吃不了辣。

5. ขอตะเกียบหนึ่ง_____และช้อนหนึ่ง_____
   请给我一双筷子和一把勺子。

二、用泰语表达下列句子。

1. 我要一杯茶。

2. 泰餐有名的食物有哪些?

3. 你最喜欢什么味道的食物?

4. 鱼不新鲜。

5. 味道怎么样?

6. 泰国人用勺子吃饭，中国人用筷子吃饭。

7. 今天吃什么好？

8. 请帮点单。

9. 我会做好几样菜。

10. 你吃过冬阴功吗？

三、用泰语模拟下列情景进行对话。

1. 用泰语介绍中国饮食或某一种食物。

2. 用泰语介绍泰国饮食或某一种食物。

3. 用泰语模拟在餐厅点餐的对话。

ความรู้ที่เกี่ยวข้อง **常识**

　　无论你在泰国何处旅行，无论是在小吃摊、大排档、市场或餐馆，都可以见到精美的泰国食品，泰国北部、中部、东北部和南部四个地区的地方美食各有特色，造就了泰国不同凡响的饮食文化。

　　泰国盛产稻米、蔬果以及丰富的海产，因此，日常生活中泰国人以米饭为主食，菜肴用料以猪肉、鸡肉、海鲜、蔬菜和水果为主。泰国美食以开胃可口为特色，口味偏重，泰国人多喜好酸、甜、辣的重口味，善于搭配各种自然食材和使用气味浓郁的辛香料调味，如椰浆、泰式柠檬叶、香茅等，其烹调方法一般为凉拌、快炒、油炸、烤焗、炖煮等几种。由于长期受华人饮食影响，泰国也有不少改良的中餐菜式，例如粥、粿条、鸡油饭等。

　　泰国甜品小吃的种类繁多，风格独特。除时令水果外，常用的食材还有鸡蛋、面粉、牛奶、椰汁、绿豆、莲子、棕榈糖和木薯根。

บทที่ ๑๑ การเช่าบ้านและการเข้าพักในโรงแรม
第十一课 租房与入住酒店

รูปประโยคพื้นฐาน 基本句型

มี...ให้เช่า	有……出租
เห็นจาก...ว่า...	从……得知……
ค่าเช่า / ค่าห้อง...ละเท่าไร	租金/房费每……多少钱?
ค่าน้ำ / ไฟหน่วยละ...บาท	水/电费每度……铢
ค่าห้องรวม...ไหม	房费包含……吗?

ประโยคทั่วไป 常用句子

ตอนนี้พักอยู่ที่ไหนครับ	现在住在哪里?
คุณพักอยู่ที่ไหนในกรุงเทพฯ	你在曼谷住哪里?
ค่าเช่าเดือนละเท่าไร	每个月租金多少钱?
ค่าเช่ารวมค่าน้ำ ค่าไฟด้วยไหมคะ	租金包括水费、电费了吗?
มีห้องอื่นอีกไหม	还有其他房间吗?
ขอดูห้องก่อนได้ไหม	能先看房间吗?
จะสะดวกให้ดิฉันไปดูห้องได้เมื่อไรคะ	什么时候方便让我去看房?
ตึกนี้มีทั้งหมดกี่ห้อง	这栋楼共有几间房?
ในครัวมีเครื่องซักผ้า/เครื่องล้างจานไหม	厨房有洗衣机/洗碗机吗?
ฉันจะตกแต่งห้องใหม่ได้ไหม	我可以重新布置房间吗?
ให้เพื่อนมาค้างด้วยได้ไหมคะ	可以让朋友留宿吗?
ต้องวางเงินมัดจำเท่าไรคะ	要交多少押金?
คุณจองห้องไว้หรือเปล่า	你预订房间了吗?

เช็คเอาท์กี่โมง

几点退房？

ผมกำลังหาอพาร์ตเมนต์ที่ราคาไม่แพง

我正在找价格便宜的公寓。

ที่พักอยู่ใกล้มหาวิทยาลัย เดินทางสะดวก

住的地方离学校近，出行方便。

ห้องพัก ๑ ห้อง อยู่ได้ ๓ คน

一间宿舍能住三人。

ชั้นบนมีห้องนอน ๒ ห้อง ห้องน้ำ ๑ ห้อง

楼上有两间卧室，一间卫生间。

ชั้นล่างมีห้องรับแขก ห้องกินข้าวและห้องครัว

楼下有客厅、饭厅和厨房。

ค่าน้ำค่าไฟคิดต่างหาก

水费、电费另计。

ถ้าจะย้ายออกต้องแจ้งล่วงหน้า ๑๕ วัน

如果退房要提前15天通知。

ดิฉันโทรมาจองไว้ในชื่อของคุณวิชัยค่ะ

我以维猜的名义打电话来预订。

ดิฉันจองห้องไว้หนึ่งห้องเมื่อ ๕ วันก่อน

我5天前预订了一个房间。

เช็คเอาท์ก่อนเที่ยง

中午12点前退房。

ดิฉันจองห้องทางอินเทอร์เน็ตไว้

我在网络上预订了房间。

ดิฉันพักอยู่ที่โรงแรมใกล้ๆ กับถนนข้าวสาร

我住在离考山路很近的酒店。

ห้องเต็มแล้ว

房间住满了。

เปิดบริการ ๒๔ ชั่วโมง

24小时服务。

🎧 การสนทนา　情景对话

บทสนทนาที่ ๑ การเช่าห้อง(๑)
会话1　　　　租房（1）

（นักศึกษาคนหนึ่งกำลังหาอพาร์ตเมนต์เช่าอยู่）

（一名学生正在找出租的公寓。）

ก：อพาร์ตเมนต์นี้มีห้องว่างให้เช่าไหมครับ

甲：这个公寓有空房出租吗？

ข：มีค่ะ

乙：有。

ก：ผมอยากเช่าห้องพักที่มีเฟอร์นิเจอร์ครับ

甲：我想租带家具的房子。

ข：ห้องที่นี่มีตู้เสื้อผ้า TV และเตียงนอน เชิญดูห้องก่อนนะคะ

乙：这里的房子有衣柜、电视和床，请先看房间。

ก：ครับ ต้องใช้ห้องน้ำรวมหรือเปล่าครับ

甲：好的，厕所是公共的吗？

ข：ห้องนี้มีห้องน้ำในตัวค่ะ

乙：这间房带有卫生间。

ก：ห้องก็ดูสะอาดดี

甲：房间看上去也干净。

ข：อพาร์ตเมนต์นี้เปิดใหม่ อยู่สบายนะคะ

乙：这是新开的公寓，住起来舒服。

ก：จะย้ายเข้ามาได้เมื่อไรครับ

甲：什么时候可以搬进来？

ข：เข้าอยู่ได้ทันทีค่ะ

乙：可以马上入住。

บทสนทนาที่ ๒ การเช่าห้อง(๒)
会话2　　　租房（2）

（นักศึกษาคนหนึ่งกำลังหาห้องเช่าที่เมืองไทย）

（一名学生正在泰国找出租的房子。）

ก：เห็นจากโฆษณาว่าที่นี่มีห้องว่างให้เช่า ใช่ไหมครับ

甲：从广告得知，这里有空房出租是吗？

ข：ใช่ค่ะ

乙：是的。

ก : ขอดูห้องหน่อยได้ไหมครับ

甲 : 看一下房间可以吗?

ข : เชิญเลยค่ะ

乙 : 请吧。

ก : ค่าเช่าเดือนละเท่าไรครับ

甲 : 每月租金多少钱?

ข : ห้องแอร์ พร้อมเฟอร์นิเจอร์และเครื่องทำน้ำอุ่น เดือนละ ๓,๙๐๐ บาท
ค่าประกันห้อง ๖,๐๐๐ บาท

乙 : 带家具和热水器的空调房，每月3,900铢，房间押金6,000铢。

ก : ค่าน้ำค่าไฟคิดยังไงครับ

甲 : 水电费怎么算?

ข : ค่าน้ำหน่วยละ ๒๕ บาท ค่าไฟหน่วยละ ๘ บาทค่ะ

乙 : 水费每度25铢，电费每度8铢。

ก : ในห้องใช้อินเทอร์เน็ตได้ไหมครับ

甲 : 房间可以上网吗?

ข : ได้ค่ะ ถ้าต้องการใช้อินเทอร์เน็ตเสียเพิ่มอีกเดือนละ ๓๕๐ บาท

乙 : 可以，如果需要上网，每月另付350铢。

ก : ต้องเซ็นสัญญากี่เดือนครับ

甲 : 要签几个月的合同?

ข : อย่างน้อย ๓ เดือนค่ะ

乙 : 至少3个月。

ก : ค่าห้องต้องจ่ายเมื่อไรครับ

甲 : 什么时候交房租?

ข : ต้องจ่ายไม่เกินวันที่ ๑๐ ค่ะ ถ้าเกินปรับวันละ ๕๐ บาท

乙 : 要在10号前交，如果超过时间每天罚款50铢。

บทสนทนาที่ ๓ การเข้าพักในโรงแรม
会话3　　　　入住酒店

（ลูกค้าคนหนึ่งกำลังเช็คอินที่โรงแรม）
（一位顾客正在办理酒店入住手续。）

ก : สวัสดีครับ ไม่ทราบว่ามีห้องว่างไหมครับ
甲：你好，请问有空房吗?

ข : มีค่ะ คุณต้องการห้องแบบไหนคะ
乙：有，您需要什么房间?

ก : ห้องเดี่ยวหนึ่งห้องครับ
甲：一间单人房。

ข : จะพักกี่วันคะ
乙：住几天?

ก : ๓ วันครับ ค่าห้องวันละเท่าไรครับ
甲：3天，房价多少钱一天?

ข : ๓๕๐ หยวนต่อวันค่ะ กรุณากรอกแบบฟอร์มโรงแรมและวางมัดจำ
ด้วยค่ะ
乙：350元一天，请填写酒店表格和交押金。

ก : ครับ ห้องผมอยู่ชั้นไหน เบอร์อะไรครับ
甲：好的，我的房间在几楼几号?

ข : ห้องคุณเบอร์ ๑๐๙ อยู่ชั้น ๑๐ ค่ะ
乙：您的房间是109号房，在10楼。

ก : ช่วยเอากระเป๋าไปส่งที่ห้องด้วยนะครับ อ้อ ค่าห้องรวมอาหารเช้าไหมครับ
甲：请帮把行李送到房间去。噢，对了，房费包含早餐吗?

ข : รวมแล้วค่ะ ห้องอาหารเปิด ๗ โมงเช้าถึง ๑๐ โมงค่ะ
乙：包含的，餐厅从早上7点开始到10点结束。

ก：ห้องอาหารอยู่ชั้นไหนครับ
甲：餐厅在几楼？

ข：ชั้น ๒ ค่ะ เป็นแบบบุฟเฟ่ต์ค่ะ
乙：二楼，是自助餐的形式。

ก：ครับ พรุ่งนี้ช่วยโทรปลุกผมตอน ๘ โมงเช้านะครับ
甲：好的。麻烦你明天早上8点给我叫早。

ข：ได้ค่ะ
乙：可以。

บทสนทนาที่ ๔ บริการของโรงแรม

会话4 酒店服务

（ลูกค้าคนหนึ่งกำลังจองห้องประชุมและห้องพัก พร้อมสอบถามบริการการจัดประชุมของโรงแรม）
（一位客人正在预订酒店的会议室和房间，并询问酒店的会议服务。）

ก：สวัสดีครับ เราจะจัดการประชุมฟอรั่มการพัฒนาการท่องเที่ยวในโรงแรมสิ้นเดือนนี้ ตอนนี้ต้องการจองห้องประชุมและห้องพักครับ
甲：你好，我们月底准备在酒店举办旅游发展论坛，现在需要预订会议室和房间。

ข：ผู้เข้าร่วมประชุมมีจำนวนกี่คนคะ
乙：请问参会人数有多少？

ก：มีประมาณ ๓๔ คน
甲：大约有34人。

ข：ทางโรงแรมมีห้องหลายแบบให้เลือก คุณต้องการจองแบบไหนคะ
乙：我们酒店有多种类型的房间供选择，您需要预订什么类型的房间？

ก: ห้องสวีท ๖ ห้อง ห้องคู่ ๑๔ ห้อง

甲：预订6个套间，14个标间。

ข: ในห้องประชุมต้องใช้อุปกรณ์อะไรบ้างคะ

乙：要使用会议室里哪些设备？

ก: ขออุปกรณ์เครื่องเสียงในการประชุมครบชุดเลยครับ

甲：要一套齐全的会议音响设备。

ข: ในห้องมีไมโครโฟน ลำโพง เครื่องบันทึกเสียง เครื่องฉายสไลด์ โอเวอร์เฮดโปรเจคเตอร์ จอสกรีน และกล้องถ่ายวิดีโอ

乙：会议室有话筒、音箱、录音机、幻灯机、高射投影仪、屏幕和摄像机。

ก: ครับ จะให้ใช้ห้องประชุมไหนครับ

甲：好的，是安排哪间会议室呢？

ข: ห้องสยามค่ะ ห้องนั้นเหมาะสำหรับการประชุมขนาดกลาง จุได้ ๕๐ คน อยู่ชั้น ๘

乙：暹罗会议室，那间会议室适合举行中型会议，可容纳50人，在8楼。

ก: ทางโรงแรมจัดอาหารแบบไหนครับ

甲：酒店的用餐是哪种形式？

ข: เป็นบุฟเฟต์นานาชาติ อยู่ชั้น ๓ ค่ะ แล้วมีร้านกาแฟและบาร์ให้ บริการด้วยนะคะ

乙：是各国风味自助餐，在3楼，还有咖啡厅和酒吧的服务。

ก: ยังมีบริการอื่นอีกไหมครับ

甲：还有其他服务吗？

ข: มีบริการซักรีด ไวไฟ สปา รับส่งสนามบินด้วยค่ะ รายละเอียดเพิ่มเติม ดูในแผ่นพับของโรงแรมค่ะ

乙：有洗熨服务、无线网络、SPA服务和机场接送服务，详细的内容您可以在酒店服务手册上了解。

🎧 คำศัพท์　词汇表

พัก　住宿	ค่าเช่า　租金
ค่าน้ำ　水费	ค่าไฟ　电费
เครื่องซักผ้า　洗衣机	เครื่องล้างจาน　洗碗机
ตกแต่ง　布置，装饰	ค้าง　留宿，过夜
จอง　预订	เช็คเอาท์(check out)　退房
ห้องนอน　卧室	ห้องรับแขก　客厅
ห้องครัว　厨房	ต่างหาก　另外，额外
ย้าย　搬	แจ้ง　告知
เฟอร์นิเจอร์(furniture)　家具	ตู้เสื้อผ้า　衣柜
เตียงนอน　床	โฆษณา　广告
เครื่องทำน้ำอุ่น　热水器	ประกัน　保险
หน่วย　单位	สัญญา　合同，协议
อย่างน้อย　至少	ปรับ　罚
ปลุก　叫醒	ฟอรั่ม(forum)　论坛
ห้องสวีท　套间	ห้องคู่　标间
อุปกรณ์　设备	ไมโครโฟน(microphone)　话筒
ลำโพง　音箱	เครื่องบันทึกเสียง　录音机
เครื่องฉายสไลด์　幻灯机	
โอเวอร์เฮดโปรเจคเตอร์ (overhead projector)　高射投影仪	
จอสกรีน　屏幕	กล้องถ่ายวิดีโอ　摄像机
บาร์ (bar)　酒吧	ไวไฟ(Wi-Fi)　无线网络
สปา (SPA)　休闲健身中心，矿泉疗养地	แผ่นพับ　手册

▌ ข้อสังเกต 注释 ▌

1. เดี่ยว 可做形容词或副词，表示"单，独"的意思。例如：

   ห้องเดี่ยวเต็มแล้วค่ะ　单人房住满了。

   เวลาเล่นแบดมินตัน คุณชอบเล่นคู่หรือชอบเล่นเดี่ยว

   打羽毛球时你喜欢双打还是单打？

2. ต่อ 是多义词，主要有以下几种用法：

   （1）动词

   ①表示"继续，延长，延续"的意思。例如：

   เดือนหน้าผมจะไปต่ออายุหนังสือเดินทาง

   下个月我要去续护照有效期。

   ②表示"连接，设置"的意思。例如：

   สายไฟเส้นนี้ต่อกับปลั๊กไฟเรียบร้อย　这条电线和插头接上了。

   （2）介词

   ①表示"每"的意思。例如：

   โรงแรมนี้ค่าห้อง ๑,๐๐๐ บาทต่อคืน

   这家酒店的房价是每晚1,000铢。

   ②表示"比"的意思。例如：

   ทีม ก ชนะทีม ข ด้วยคะแนน ๒ ต่อ ๑　甲队以2比1的比分赢了乙队。

   （3）副词，表示"继续，延续"的意思。例如：

   อาจารย์จะสอนต่ออีก ๒ ชั่วโมง　老师将继续教两个小时。

3. กรุณา 与 ขอ 是请别人帮忙或做事时使用的礼貌用语，但กรุณา 用于请求别人为说话者本人做事，ขอ 用于请求别人让自己做某事。例如：

   กรุณาเปิดประตูให้ดิฉันหน่อย　请帮我开一下门。

   ผมขอคอนเฟิร์มตั๋วเครื่องบิน　我请求确认机票。

คำศัพท์เพิ่มเติม　补充词汇

เจ้าของบ้าน　房主	ผู้ให้เช่า　出租人
ผู้เช่า　承租人	ค่าเสียหาย　损失费
ติดตั้ง　安装, 安置	ขุด　挖, 掘
รื้อถอน　拆除, 拆迁	คอนโดมิเนียม(condominium)　公寓
หลังคา　屋顶	พื้นห้อง　地板
เพดาน　天花板	ผนัง　墙壁
ระเบียง　走廊	ดาดฟ้า　天台, 露台
โคมไฟตั้งโต๊ะ　台灯	ถังขยะ　垃圾桶
รีสอร์ท(resort)　度假村	หรูหรา　豪华
เข้าพัก　入住	ล็อบบี้(lobby)　大堂
พรม　地毯	บันไดหนีไฟ　疏散楼梯
ห้องฟิตเนส　健身房	โรงยิม　健身房
สระว่ายน้ำ　游泳池	ร้านเสริมสวย　美容店
ห้องคาราโอเกะ　卡拉OK厅	ร้านตัดผม　理发店
ซาวนา(sauna)　桑拿	นวด　按摩
เครื่องโทรทัศน์　电视机	ฮีตเตอร์(heater)　暖气
ปลั๊กไฟ　插头	ตู้เซฟ　保险箱
แก้วน้ำ　水杯	ตู้เย็น　冰箱
ที่เขี่ยบุหรี่　烟灰缸	ผ้าปูที่นอน　床单
ผ้าห่ม　被子	ห้องสุขา　卫生间
อ่างอาบน้ำ　浴缸	แปรงสีฟัน　牙刷
ยาสีฟัน　牙膏	ผ้าขนหนู　毛巾
หวี　梳子	ผ้าเช็ดตัว　浴巾
กระดาษชำระ　卫生纸	ยาสระผม, แชมพู(shampoo)　洗发水
น้ำประปา　自来水	ก๊อกน้ำ　水龙头

ฝักบัว （浴室）莲蓬头　　　　ชักโครก　马桶

ไม้แขวนเสื้อ　衣架　　　　　　เตารีด　电烫斗

อินเทอร์เน็ตไร้สาย(internet)　无线网络　　โบรชัวร์(brochure)　小册子

รูปประโยคเพิ่มเติม　句型拓展

พักอยู่ที่...　　　　　　　　住在……

...เช่าได้ที่ไหน　　　　　　在哪里能租……?

ขอดู...ก่อนได้ไหม　　　　可以先看……吗?

มี...อื่นอีกไหม　　　　　　还有其他……吗?

แนะนำ...ให้หน่อย　　　　介绍……一下

แบบฝึกหัด　练习

一、根据中文意思完成下列填空。

1. ห้องธรรมดามี＿＿＿＿＿＿＿＿＿＿อะไรบ้างครับ

普通房间有什么家具?

2. ผมจะ＿＿＿＿＿＿＿＿＿＿เดือนพฤษภาคมนี้

我准备5月搬。

3. จะ＿＿＿＿＿＿＿＿＿＿กี่คนคะ

要住几个人?

4. มีห้องว่างให้＿＿＿＿＿＿＿＿＿＿ค่ะ

这里有空房出租。

5. ต้องเซ็นสัญญาเช่าบ้าน＿＿＿＿＿＿＿＿＿๓ เดือน

要签至少三个月的合同。

6. ห้องหมายเลข ๑๓๑๐ ค่ะ เป็น＿＿＿＿＿＿＿＿＿＿

房号1310，是双人房。

7. _____ละ ๖๐๐ บาท ไม่_____อาหารเช้า

每晚600铢，不包含早餐。

8. โรงแรม_____ตลอด ๒๔ ชั่วโมง

酒店24小时营业。

9. ดิฉัน_____ห้องไว้เมื่ออาทิตย์ที่แล้ว

我一周前预订了一个房间。

10. _____วางมัดจำด้วยค่ะ

请付押金。

二、用泰语表达下列句子。

1. 你住在哪里?

2. 让我看一下房间。

3. 有几个人共用厨房?

4. 每个月的水费多少钱?

5. 你预订房间了没有?

6. 需要双人房还是单人房?

7. 这间酒店是五星级酒店。

8. 要两间单人房。

9. 对不起，房间住满了。

10. 早上6点请给我叫早。

三、用泰语模拟下列情景进行对话。

1. 出租人和承租人的租房对话。

2. 入住酒店时顾客与前台服务员的对话。

3. 客人询问酒店相关服务的对话。

ความรู้ที่เกี่ยวข้อง 常识

泰国的旅游业发达，是世界的旅游中心地之一，旅游的兴旺带动了当地酒店的入住率。泰国既有高端豪华酒店，也有不少经济型酒店，从五星级酒店到上下铺的青年旅社、民宿应有尽有，并且会提供优质、全面周到的服务。泰国不少酒店都具有服务及时、环境迷人、设备现代化、交通方便以及性价比高的特点，全程为客人提供热情细致的服务，让人印象深刻。泰国著名酒店有：曼谷的四季酒店、皇家兰花喜来登大酒店、香格里拉酒店、半岛酒店、东方文化酒店、吉普的JW万豪酒店等。

每年随着中国春节的临近，越来越多的中国游客选择泰国出游，与来自全世界各地的游客一起拉开泰国新一年旅游旺季的大幕，同时也将芭提雅、普吉等热门旅游城市的酒店预订一空。中国游客的消费水平在不断增长，对酒店、娱乐设施以及服务的要求有所提高，目前中国游客在泰国旅游的人均日消费水平已达4600泰铢（约合965元人民币）。

泰国的住房主要有公寓、套房、独立式住宅、商业楼房和双拼式住宅。由于受2011年水灾影响，尽管曼谷及周边地区的住房交易得到国家政策的支持，但民众购买力尚未完全恢复。与以往相比，高层住房更受到住房购买者的喜爱，尤其是未发生水灾的地区。此外，购房者还特别青睐具有便利和快捷的BTS轻轨沿线地段。

（资料来源：环球网http://go.huanqiu.com，中国投资资讯网http://www.ocn.com.cn，中国驻泰国经商参处http://th.mofcom.gov.cn）

บทที่ ๑๒ ครอบครัว
第十二课　家庭

รูปประโยคพื้นฐาน　基本句型

...อายุเท่าไร	……多大年纪?
ปีนี้อายุ...	今年……岁了
...ยังโสด	……还单身
...ทำงานอะไร	……做什么工作?
...อาศัยอยู่กับ...	……和……住在一起

ประโยคทั่วไป　常用句子

ครอบครัวของคุณมีใครบ้างครับ	你家里有谁?
คุณมีญาติพี่น้องเยอะไหมคะ	你的亲戚多吗?
คุณพาครอบครัวมาด้วยหรือเปล่า	你家人一起来吗?
เธอมีครอบครัวหรือยังครับ	你成家了没有?
คุณแต่งงานหรือยังครับ	你结婚了没有?
ไม่อยากมีลูกอีกคนหนึ่งหรือ	不想再要一个孩子吗?

คุณเป็นอะไรกับผู้ชายคนนั้นหรือเปล่าคะ ดูหน้าตาคล้ายกัน
你和那个男人是什么关系? 长得很相像。

คุณกับอาจารย์หลี่เป็นญาติกันหรือคะ	你和李老师是亲戚吗?
บ้านเลขที่เท่าไรคะ	门牌号是多少?
ฉันเป็นลูกคนเดียว	我是独生子女。
ฉันเป็นลูกคนสุดท้อง	我是最小的孩子。
ฉันมีน้องชายฝาแฝด	我有一个双胞胎弟弟。

ฉันมีพี่น้องสามคน ฉันเป็นคนกลาง　　我有三个兄弟姐妹，我排中间。

ดิฉันคิดว่ามีลูกคนเดียวก็พอแล้ว　　我认为一个孩子足够了。

เขามีหลานชายหนึ่งคน และหลานสาวสองคน

他有一个孙子和两个孙女。

ผมเป็นลูกชายคนโต　　我是长子。

พี่ชายของฉันแก่กว่าฉัน ๒ ปี　　哥哥比我大两岁。

พ่อของฉันอ่อนกว่าแม่ ๓ ปี　　我父亲比母亲小三岁。

พ่อตาของฉันเป็นตำรวจ　　我的岳父是警察。

พี่สะใภ้เป็นหมออยู่โรงพยาบาล　　嫂子是医院的医生。

ผมมีญาติน้อยมาก　　我的亲戚很少。

เรายังไม่ได้แต่งงานกัน　　我们还没有结婚。

เขาเป็นแฟนกัน　　他们是恋人。

ผมเพิ่งเลิกกับแฟน　　我刚与恋人分手。

พ่อกับแม่ของฉันหย่ากันแล้วค่ะ　　我的父母亲离婚了。

เธอเป็นหม้ายมา ๕ ปีแล้ว　　她守寡五年了。

บ้านของดิฉันอยู่แถวเยาวราช　　我家在耀华力路一带。

ฉันอยู่กับพ่อแม่　　我跟父母住在一起。

บ้านของฉันไม่ใหญ่ แต่อยู่กันอย่างอบอุ่น　我的家不大，但很温馨。

ผมเคยอาศัยอยู่กับญาติ　　我曾经和亲戚一起生活。

🎧 ‖ **การสนทนา　情景对话** ‖

บทสนทนาที่ ๑ สภาพครอบครัว

会话1　　　　家庭情况

(เพื่อนสองคนกำลังพูดถึงสภาพครอบครัวของตัวเอง)

（朋友两人正在聊自己的家庭情况。）

ก：ที่บ้านมีกันกี่คนคะ

甲：家里有几个人？

ข：มี ๔ คน คุณพ่อ คุณแม่ พี่ชายและผมครับ

乙：有四个人，爸爸、妈妈、哥哥和我。

ก：พี่ชายอายุเท่าไรแล้วคะ

甲：哥哥多大年纪了？

ข：พี่ชายอายุมากกว่าผม ๕ ปี ปีนี้อายุ ๓๕ มีบริษัทของตัวเอง

乙：哥哥比我大5岁，今年35了，有自己的公司。

ก：คุณทำงานที่ไหนคะ

甲：你在哪里工作？

ข：ผมทำงานที่บริษัทของพี่ชายครับ คุณล่ะครับ มีพี่น้องไหม

乙：我在哥哥的公司工作。你呢？有兄弟姐妹吗？

ก：ดิฉันมีน้องสาวอีกสองคนค่ะ

甲：我还有两个妹妹。

ข：แต่งงานกันหมดหรือยังครับ

乙：都结婚了吗？

ก：ยังค่ะ เรายังโสดกันทั้งบ้าน

甲：还没有，我们全部都是单身。

ข：คุณสนิทกับน้องไหมครับ

乙：你和妹妹亲近吗？

ก：เราสามคนโตมาด้วยกัน สนิทกันมาก

甲：我们三人一起长大，很亲近。

ข：น่าอิจฉาจริง ๆ

乙：真令人羡慕。

ก：พ่อแม่ลำบากค่ะ พ่อทำงานหาเงินมาเลี้ยงครอบครัว แม่ก็เลี้ยงดูพวกเราสามคน

甲：父母很辛苦，父亲工作赚钱养家，母亲照看我们三人。

ข：พ่อคุณทำงานอะไรครับ

乙：你的父亲做什么工作？

ก：เมื่อก่อนเป็นคนขับรถ

甲：以前是司机。

ข：ตอนนี้เกษียณแล้วหรือครับ

乙：现在退休了吗？

ก：เกษียณแล้ว อายุมากแล้ว แต่ยังแข็งแรงอยู่

甲：退休了，年纪大了，但身体还很健康。

บทสนทนาที่ ๒ การเยี่ยมญาติ
会话2　　　探亲

（คุณสาธินพูดถึงเรื่องที่เขาจะไปเยี่ยมญาติที่เมืองจีนในวันหยุด）
（萨廷谈到放假期间他准备去中国探亲。）

ก：วันหยุดคุณสาธินจะทำอะไรคะ

甲：萨廷先生放假有什么打算？

ข：ภรรยาผมเป็นคนจีน เราจะกลับเมืองจีน ไปเยี่ยมพ่อตาแม่ยายครับ

乙：我的妻子是中国人，我们准备回中国看望岳父岳母。

ก：พ่อตา แม่ยายคุณ อายุเท่าไรคะ

甲：你的岳父岳母多大年纪了？

ข：๖๐ กว่าแล้ว

乙：60多岁了。

ก：ที่เมืองจีนคุณมีญาติพี่น้องบ้างไหมครับ

甲：你在中国有亲戚吗？

ข：มีครับ ครอบครัวน้าผมอยู่เมืองจีนเกือบ ๑๕ ปีแล้ว

乙：有，我舅舅一家到中国快15年了。

ก：ได้เจอพวกเขาบ่อยไหม

甲：能经常见到他们吗？

ข：ไม่บ่อยครับ โดยปกติแล้วแค่ช่วงวันหยุดยาว เช่น วันตรุษจีน

乙：不经常，一般只有放长假的时候，比如春节。

ก：จะพาลูกไปไหม

甲：带孩子去吗?

ข：พาไปด้วย ลูกเป็นคนไทยเชื้อสายจีน อยากให้เด็กรู้จักทั้งวัฒนธรรม
　　ไทยและวัฒนธรรมจีนครับ

乙：也带去，孩子是带有中国血统的泰国人，想让孩子了解泰国文
　　化和中国文化。

บทสนทนาที่ ๓ หน้าที่ความรับผิดชอบของสมาชิกในครอบครัว
会话3　　　　家庭成员义务

（เพื่อนสองคนพูดถึงหน้าที่ความรับผิดชอบของสมาชิกในครอบครัวของ
ตนเอง）

（朋友两人讲述各自家庭成员的义务。）

ก：　หวังหลาน ใครเป็นคนทำกับข้าวที่บ้านครับ

甲：王岚，你们家里是谁做饭?

ข：คุณพ่อ เพราะคุณพ่อทำกับข้าวเก่งและอร่อย คุณแม่เป็นคนจ่ายตลาดและ
　　ซักผ้า ที่บ้านเธอล่ะ

乙：是爸爸做饭，因为爸爸会做饭而且很好吃，妈妈负责买菜洗衣
　　服，你们家呢?

ก：คุณแม่เป็นแม่บ้าน แม่เป็นคนทำอาหาร คุณพ่อทำงานยุ่งมาก เสาร์
　　อาทิตย์ผมก็ต้องช่วยทำงานบ้าน

甲：妈妈是家庭主妇，她负责做饭。我爸爸工作很忙，所以我周末
　　也要帮家里做家务。

ข：ครอบครัวคุณยังมีใครอีกคะ

乙：你们家里还有谁?

ก : ยังมีปู่และย่า ย่าคอยช่วยรับส่งน้องสาวไปโรงเรียนทุกวัน

甲 : 还有爷爷奶奶，奶奶每天负责接送妹妹上学。

ข : ฉันก็มีน้องชายหนึ่งคน คุณพ่อคุณแม่ต้องทำงานหาเงินส่งน้องไปเรียน
พ่อคุณทำอะไรคะ

乙 : 我也有个弟弟，我爸爸妈妈都要工作供弟弟上学。你爸爸是做
什么的？

ก : เขาเป็นนักธุรกิจ เป็นคนหาเลี้ยงครอบครัว เวลาอยู่บ้าน พ่อกับผมก็ช่วยกัน
กวาดสวน ล้างรถและพาหมาไปเดินเล่น

甲 : 他是商人，得养家，在家的时候，他会和我一起打扫院子、洗
车和遛狗。

ข : ปู่ย่าคุณอายุเท่าไรคะ สุขภาพแข็งแรงดีไหมคะ

乙 : 你爷爷奶奶年纪多大了？身体好吗？

ก : ย่าอายุ ๖๐ กว่า ปู่อายุ ๗๐ กว่าครับ แต่ช่วงนี้ปู่ไม่ค่อยแข็งแรง

甲 : 奶奶六十多了，爷爷七十多岁了，但爷爷最近身体不是很好。

ข : ใครเป็นคนดูแลปู่คะ

乙 : 谁来照顾他呢？

ก : ทางบ้านจ้างพี่เลี้ยงมาดูแล คุณแม่และย่าก็ช่วยกันดูแลด้วยครับ

甲 : 家里请了保姆来照顾他，妈妈和奶奶也会照顾他。

บทสนทนาที่ ๔ ความคิดเรื่องการแต่งงาน
会话4　　　　婚姻观念

（เพื่อนสองคนกำลังพูดถึงเรื่องความคิดการแต่งงานของคนจีนในปัจจุบัน）
（朋友两人正在谈论当今中国的婚姻观念。）

ก : ตอนนี้รายการนัดบอดฮิตมาก คุณดูหรือยังคะ

甲 : 现在电视上的相亲节目很火，你看了吗？

ข ：ดูแล้ว นัดบอดเดี๋ยวนี้ไม่เหมือนแต่ก่อน เมื่อก่อนนี้พ่อแม่เป็นคนจัดการ
ให้ทุกอย่าง

乙 ：看了，现在的相亲不像过去，以前全部都是由父母包办的。

ก ：ใช่ค่ะ ปัจจุบันนี้ สังคมเราเปิดกว้างขึ้นเยอะ ความคิดเรื่องการแต่งงานก็
เปลี่ยนแปลงไปมาก

甲 ：是的，现在社会开放了，人们的婚姻观念也发生了很大的变
化。

ข ：บางคนอยากแต่งงานมีลูก บางคนอยากอยู่เป็นโสด หรือติดใจชีวิต
อิสระ บางคนก็อยู่จนอายุมากแต่ก็ไม่มีแฟน

乙 ：一部分人想要结婚生子，一部分人想要单身或者是喜欢自由的
生活，也有一部分人年纪大了也没有对象。

ก ：คนส่วนใหญ่หวังมีแฟนที่มีฐานะคู่ควร แต่ถ้าเลือกมากเกินไปก็อาจจะ
เสียโอกาส

甲 ：大多数人希望找到门当户对的恋人，但是眼光太高就会错过很
多机会。

ข ：บางคนเห็นว่า ถ้าจะแต่งงานต้องมีทุกอย่างพร้อม ทั้งบ้านทั้งรถ ถ้าไม่
ได้เจอคู่ที่เหมาะสมไม่แต่งงานจะดีกว่า

乙 ：有人认为结婚的条件是必须什么都有，包括有房有车，如果没
有遇到合适的人选还不如不结婚。

ก ：อัตราการหย่าร้างเพิ่มสูงขึ้น เดี๋ยวนี้คนก็เลยลองอยู่ด้วยกันก่อนแต่งงาน

甲 ：离婚率上升了，现在人们结婚前会试着同居一段时间。

ข ：คุณคิดว่าเมื่อแต่งงานกันแล้ว การอยู่กับพ่อแม่กับการแยกครอบครัว
ออกมา อย่างไหนดีกว่ากันครับ

乙 ：你认为婚后和父母住在一起好还是分开生活好呢？

ก ：ฉันคิดว่าแยกครอบครัวออกมาดีกว่าค่ะ ที่จริงเมื่อก่อนนี้ครอบครัวจีน
เป็นครอบครัวใหญ่ มีคนสามสี่รุ่นอยู่ด้วยกัน แต่เดี๋ยวนี้มีขนาดเล็กลง

甲 ：我认为分开生活比较方便。事实上，过去的中国家庭三四代家

族成员同住在一个大家庭里，但现在规模在缩小。

ข：ครับ ปัจจุบันถ้าเลือกได้ คู่แต่งงานทั้งในเมืองและชนบทมักเลือกที่จะ
แยกมาอยู่เองเป็นครอบครัวเดี่ยวมากกว่า

乙：是的，现在如果条件允许，城市和农村的新人更多会选择自己
组成独立家庭。

ก：แต่ลูกที่แยกออกไปสร้างครอบครัวเองก็ยังกลับมาเยี่ยมพ่อแม่อย่าง
สม่ำเสมอ

甲：但成家后的子女也会常常回家探望父母亲。

🎧 **คำศัพท์ 词汇表**

หน้าตา 长相	พ่อตา 岳父
ตำรวจ 警察	พี่สะใภ้ 嫂子
เลิก 停止，结束	หย่า 离婚
หม้าย 守寡	อาศัย 寄居，住宿
โสด 单身	สนิท 亲密，亲近
อิจฉา 羡慕	ลำบาก 困难，艰苦
เลี้ยง 抚养	คนขับรถ 司机
เกษียณ 退休	แข็งแรง 健康，强壮
แม่ยาย 岳母	น้า 舅舅
เชื้อสาย 血统	วัฒนธรรม 文化
หน้าที่ 义务	ความรับผิดชอบ 责任
แม่บ้าน 家庭主妇	ปู่ 爷爷
ย่า 奶奶	นักธุรกิจ 商人
กวาด 扫	สวน 院子
นัดบอด 相亲	ฮิต(heat) 火，热，热门
อิสระ 自由	ฐานะ 地位

คู่ควร　门当户对
แยก　分开，分离
อัตรา　率
สม่ำเสมอ　始终如一

ข้อสังเกต　注释

กว่า的用法如下：

（1）副词，用于比较人或事物，表示“比，较，更”的意思。例如：

บ้านเขาใหญ่กว่าบ้านฉัน　他家比我家大。

อาหารเช้าสำคัญกว่าที่คิด　早餐比想象的重要。

น้องสวยกว่าพี่　妹妹比姐姐漂亮。

（2）连词，表示“等到，直至”的意思。还习惯与 จะ 搭配为 กว่าจะ…ก็ 或 กว่า…จะ…ก็，表示“等到……也都……”的意思。例如：

กว่าจะรู้ก็สายเสียแล้ว　等知道也都晚了。

กว่าถั่วจะสุกงาก็ไหม้　等豆子熟了，芝麻也焦了。（比喻顾此失彼，二者不可兼得。）

（3）形容词，可放在数字的前面或后面，表示该数不是整数。放在数字前面的，是“过，逾”的意思。例如：

ตาฉันอายุกว่า ๖๐ ปีแล้ว　我外公年纪已逾六旬了。

放在数字后面，是“余，多”的意思。例如：

ตาฉันอายุ ๖๐ กว่าแล้ว　我外公已经60多岁了。

คำศัพท์เพิ่มเติม　补充词汇

เครือญาติ　宗族，氏族
ตระกูล　家族，姓氏，血统
สายเลือด　血统
บรรพบุรุษ　祖先
ทวด　曾祖父母，外曾祖父母
ตา　外公
ยาย　外婆
บิดา　父亲

มารดา 母亲	ลุง 伯父
ป้า 伯母	อา 叔 / 姑
น้า 舅 / 姨	เหลน 曾孙
บุตร 子女	เด็ก 孩子
ผัว 老公	เมีย 老婆
คู่ครอง 配偶	ผัวเดียวเมียเดียว 一夫一妻
พ่อผัว 公公	แม่ผัว 婆婆
ลูกเขย 女婿	ลูกสะใภ้ 儿媳妇
พี่เขย 姐夫	น้องเขย 妹夫
น้องสะใภ้ 弟媳	ผู้ปกครอง 监护人，家长
พ่อบุญธรรม 义父	แม่บุญธรรม 义母
พ่อเลี้ยง 继父	แม่เลี้ยง 继母
ลูกเลี้ยง 继子/女	ลูกโทน 独生子女
ลูกพี่ลูกน้อง （堂或表）兄弟姐妹	
ญาติพี่น้อง 亲戚，兄弟姐妹	ญาติห่าง ๆ 远房亲戚
ทารก 婴儿	เด็กกำพร้า 孤儿

▌▌ รูปประโยคเพิ่มเติม 句型拓展 ▌▌

...เป็นอะไรกับ...	……和……是什么关系？
...เป็นญาติกัน	……是亲戚
...เป็นญาติข้างพ่อ/แม่	……是父亲/母亲旁系的亲戚

▌▌ แบบฝึกหัด 练习 ▌▌

一、根据中文意思完成下列填空。

1. อาจารย์＿＿＿＿＿＿＿＿เมื่อปีที่แล้ว

老师去年退休了。

2. _____เขาจะมาถึง_____เที่ยงแล้ว

等他来到都已经过晌午了。

3. คุณมี_____ที่เมืองไทยบ้างไหม

你在泰国有亲戚吗?

4. อายุฉันมาก_____น้องชาย ๒ ปี

我比弟弟大两岁。

5. เธอ_____ผู้หญิงที่ใส่เสื้อสีแดงคนนั้น

你和那个穿红色衣服的女子是什么关系?

二、用泰语表达下列句子。

1. 我是长女。

2. 弟弟还在读书。

3. 我的哥哥还单身。

4. 你的妻子一块来吗?

5. 爸爸妈妈以前都是工人。

6. 他还不想要孩子。

7. 我和父母一起住。

8. 妹妹今年12岁。

9. 我还没有结婚。

10. 我有三个兄弟姐妹。

三、用泰语聊家庭成员、职业、住房及婚嫁等情况。

ความรู้ที่เกี่ยวข้อง **常识**

泰国人口约6,430 万人，约有1,780万个家庭，其中大部分为核心家庭（由一对父母和未成年子女组成的家庭）占53.2%，扩展家庭（由一对父母和一对或多对已婚子女，又或者再加其他亲属组成的家庭）占33.9%，个人独立生活占12.3%。泰国家庭的发展趋势是核心家庭与个人独立生活的数量不断上升，扩展家庭的数量正在减少。

泰国人从小接受在家要对父母、长辈有礼貌，在学校尊敬师长的家庭教育，重视亲情友情的现象普及社会各个阶层。泰国人习惯对于不认识的人用亲属称谓词来称呼，不论是在学校、市场、餐馆还是街上，到处可见称呼他人为孩子、哥、姐、伯、伯母、爷爷、奶奶、外公、外婆的现象。

泰国婚礼形式有两种，一种是泰式，一种是西式。泰国是传统的佛教国家，人们生活起居、生老病死都离不开佛事活动，传统的泰式婚礼中，双方亲属、客人还有僧人都会受邀参加。人们事先要准备好佛像、水钵、香烛、鲜花、食品等物品。在婚礼中，新郎新娘叠腿侧坐在主持僧前，双手合十倾听僧人念经祈祷，完成用槟榔的枝叶蘸上圣水洒在头上的仪式，象征结成夫妇。父母、亲友还要依次向新郎新娘的手掌淋圣水表达祝福。

（资料来源：中国驻泰国经商参处http://th.mofcom.gov.cn）

บทที่ ๑๓ ชีวิตความเป็นอยู่
第十三课　生活

รูปประโยคพื้นฐาน　基本句型

ขี้เกียจ...	懒得……
รู้สึก...	觉得……
อาจทำให้...	会使得……
มาช่วย...หน่อย	来帮忙……一下
ให้...ทำ...	让……做……
ที่จริง...	事实上……
ที่สำคัญ...	重要的是……
รักษา...ให้...	保持……
นอกจาก...แล้ว	除……之外 ○

ประโยคทั่วไป　常用句子

วันนี้กินข้างนอกหรือกินที่บ้าน　今天去外面吃还是在家里吃?

ใกล้หมดเวลาพักเที่ยงแล้ว ยังกินข้าวไม่เสร็จหรือ
午休时间准备结束了，还没有吃完饭吗?

ที่ทำงานของคุณให้ลาพักได้ปีละกี่วัน
你工作的单位一年可以休假几天?

เธอทำความสะอาดห้องหรือยัง　你打扫房间了没有?

รีดผ้ายังไงถึงจะเรียบได้เร็ว ๆ　如何熨衣服才能快速平整?

ทำยังไงถึงจะเช็ดกระจก หน้าต่าง ประตูให้ง่ายและเสร็จเร็วขึ้น
怎么样才能更快速简单地擦好门窗和玻璃?

คุณควรพักผ่อนให้พอ 你应该充分休息。

ถ้าคุณพักผ่อนไม่เพียงพอก็จะทำให้คุณรู้สึกอ่อนเพลีย

 如果你休息不够，会使你感到疲惫。

ตื่นนอนแต่เช้ามาทำงาน สมองจะปลอดโปร่งกว่า

早起工作头脑比较清醒。

ผมออกจากบ้านแต่เช้า กลับบ้านดึกทุกวัน 我每天早出晚归。

วันนี้เราตื่นสายกว่าทุกวันเพราะเป็นวันหยุด

因为放假我们今天起得较晚。

หลังกินข้าวเย็น ฉันชอบไปเดินเล่น 晚饭后我喜欢去散步。

ก่อนนอนอย่าดื่มน้ำเยอะ 睡觉前不要喝太多水。

อย่าวางโทรศัพท์มือถือไว้ใกล้หัวนอน 不要把手机放在靠近床头的地方。

ห้องสกปรกอีกแล้ว 房间又脏了。

ทำให้สะอาดหน่อยนะ 弄干净一点。

พื้นยังไม่ได้ถู 地板还没有拖。

เราควรทำความสะอาดเครื่องเรือนอยู่เสมอ 我们应该经常打扫家具。

ฉันกวาดบ้าน ถูบ้านเอง ไม่มีคนใช้ 我自己扫地、拖地，没有佣人。

แปรงสีฟันเก่าแล้ว น่าจะเปลี่ยนใหม่ได้แล้วนะ

牙刷旧了，应该可以换新的了。

ผ้าเช็ดตัวยังไม่แห้ง เอาไปตากด้วย 浴巾还没干，一块儿拿去晒。

🎧 การสนทนา **情景对话**

บทสนทนาที่ ๑ การตื่นนอน
会话1　　　　起居

（พี่สาวบอกน้องชายว่าไม่ควรตื่นสาย）
（姐姐叫弟弟不要睡懒觉。）

ก：วันนี้พี่ตื่นกี่โมงครับ

甲：今天姐姐几点钟起床？

ข：๗ โมงครึ่ง

乙：七点半。

ก：วันนี้วันเสาร์ ทำไมตื่นแต่เช้า

甲：今天是星期六，为什么起那么早？

ข：เพราะต้องไปจ่ายตลาด แล้วยังต้องตัดหญ้ารดน้ำต้นไม้

乙：因为要去市场买菜，还要除草浇树。

ก：ผมขี้เกียจตื่นเช้า ผมชอบตื่นสาย

甲：我懒得早起，我喜欢睡懒觉。

ข：ถ้าพี่ตื่นสายจะรู้สึกง่วงนอนทั้งวัน

乙：如果我睡懒觉会觉得一整天都犯困。

ก：เมื่อคืนกว่าจะนอนก็เกือบตีหนึ่ง หลับเป็นตาย

甲：昨晚睡觉的时候都快凌晨一点了，睡得很沉。

ข：นอนดึกตื่นสายอาจทำให้ไม่มีสมาธินะ

乙：晚睡晚起可能会使注意力不集中。

ก：มิน่า ช่วงนี้ผมง่วงนอนบ่อย ขี้หลงขี้ลืม

甲：难怪我最近常常（感到）困倦健忘。

ข：นั่นนะซี นอนดึกตื่นสายผิดธรรมชาติ เธอควรตื่นแต่เช้า

乙：可不是吗！晚睡晚起不符合自然规律，你应该早起。

บทสนทนาที่ ๒　การใช้เวลาช่วงสุดสัปดาห์
会话2　　　　周末时间安排

（โยธินชวนวาณีไปดูคอนเสิร์ตวันอาทิตย์นี้）
（尤庭约瓦妮这个星期天去看演唱会。）

ก：วาณี ปกติเสาร์อาทิตย์ทำอะไร

甲：瓦妮，周末你一般都喜欢做些什么？

ข：ปกติจะเล่นเน็ตและดูละคร หรือไม่ก็นอนค่ะ แล้วพี่ล่ะ

乙：一般我喜欢上网和看电视剧，或者睡觉。你呢？

ก：เสาร์อาทิตย์พี่ชอบขับรถไปเที่ยวต่างจังหวัด หรือไม่ก็ไปตกปลา บางทีก็ชวนญาติมาทานข้าวที่บ้านด้วยกัน

甲：周末我会开车到外府玩或者去钓鱼，有时也会组织家庭聚餐。

ข：คราวหน้าพี่ไปตกปลาชวนฉันไปด้วยสิ

乙：下次你去钓鱼带上我吧。

ก：ได้เลย พี่ว่าจะไปวันเสาร์นี้กับน้องต้น วาณีว่างไหม

甲：可以啊。我打算这个星期六和盾去钓鱼，你有空吗？

ข：เสียดายจัง เช้าวันเสาร์นี้ต้องทำโอที ตอนบ่ายต้องไปถอนเงินที่ธนาคารเพื่อจ่ายค่าเช่าห้อง

乙：真可惜，这个星期六上午我得加班，下午还要去银行取钱交房租。

ก：แล้ววันอาทิตย์ล่ะ พี่มีบัตรคอนเสิร์ตของปาล์มมี่สองใบ

甲：星期天呢？我有两张Palmy演唱会的门票。

ข：จริงเหรอ ฉันชอบปาล์มมี่เหมือนกัน วันอาทิตย์ฉันยังไม่มีอะไรทำ

乙：真的吗！我也很崇拜她，我星期天没有安排。

ก：งั้นวันอาทิตย์เราไปกินข้าวแล้วค่อยไปดูคอนเสิร์ตต่อดีไหม

甲：那我们星期天一起吃饭，然后去看演唱会好吗？

ข：ดีมากค่ะ

乙：太好了！

บทสนทนาที่ ๓ การเรียนรู้งานบ้าน

会话3 学习做家务

（แม่สอนจังหลี้ให้รู้งานบ้าน จังหลี้ลองทำความสะอาดห้องนอนของตนเอง）

（妈妈教张丽学习做家务，张丽试着打扫自己的卧室。）

ก：จังหลี้ มาช่วยแม่ทำความสะอาดบ้านหน่อย

甲：张丽，来帮妈妈搞卫生吧。

ข：ให้หนูช่วยทำอะไรคะแม่

乙：妈妈要我帮忙做什么？

ก：เอาอย่างนี้ วันนี้จะสอนให้หนูทำงานบ้าน

甲：这样吧，今天教你做家务。

ข：ดีค่ะ หนูจะได้แบ่งเบาภาระของแม่บ้าง

乙：好，我就可以减轻一下妈妈的负担了。

ก：กวาดห้อง ถูพื้นก่อน แล้วค่อยเช็ดโต๊ะและเตียงทีหลัง สุดท้ายก็เก็บของ
เข้าที่เดิมให้เรียบร้อย

甲：先扫地、拖地，然后再擦桌子和床，最后把东西放回原处。

ข：ค่ะ หนูลองทำความสะอาดห้องนอนของหนูก่อน

乙：好的，我先试着打扫自己的卧室。

ก：จ้ะ ต้องทำความสะอาดให้ทั่วทุกซอกทุกมุมนะ

甲：好，要把每个角落都打扫干净。

ข：ทำไมวันนี้ต้องทำความสะอาดเป็นการใหญ่คะ

乙：为什么今天要大扫除呢？

ก：ใกล้จะถึงปีใหม่แล้วจ้ะ

甲：准备到新年了。

ข：ต้องทำความสะอาดเป็นพิเศษกว่าวันธรรมดาหรือคะ

乙：要比平时清洁得更干净吗？

ก：จ้ะ โดยเฉพาะวันขึ้นปีใหม่ ผู้คนจะถือโอกาสทำความสะอาดให้ทั่วถึง
อยากจะให้ทุกสิ่งทุกอย่างดูสะอาดและใหม่

甲：是的，特别是新年，人们借此机会大扫除，想让每样东西看上
去又干净又新。

ข：ที่จริง ทำความสะอาดบ่อย ๆ บ้านของเราก็จะสะอาดและน่าอยู่มากขึ้น
乙：实际上，经常打扫卫生，我们的家就会更加干净舒适。

บทสนทนาที่ ๔ สุขอนามัย
会话4　　保健

（เพื่อนสองคนกำลังพูดถึงสุขอนามัยในชีวิตประจำวัน）
（朋友两人正在谈论日常生活卫生。）

ก：ไม่ได้เจอกันมานานแล้ว คุณดูอ้วนขึ้นนิดหน่อยนะคะ
甲：好久不见，你比以前胖了一点。

ข：อ้วนขึ้นตั้งเยอะแน่ะค่ะ ทำอย่างไรถึงได้หุ่นดีตลอดคะ
乙：胖了很多，怎样才能一直保持好身材呢？

ก：ระวังเรื่องกินค่ะ ฉันกินอาหารเช้าเป็นประจำ พยายามดื่มน้ำให้เยอะ กินผลไม้และผักให้มาก ๆ ไม่กินรสจัด หลังหนึ่งทุ่มแล้วไม่กินอะไรอีกเลย
甲：注意饮食，我坚持吃早餐，尽量多喝水，多吃蔬菜水果，不吃重口味的食物，晚上七点以后不再吃东西。

ข：มิน่าเล่า ฉันไม่กินอาหารเช้า เพราะงานยุ่งมาก กินข้าวไม่ตรงเวลา กว่าจะได้กินข้าวเย็นก็สองทุ่ม
乙：怪不得，我早上不吃早餐，因为工作太忙了，不能按时吃饭，等到吃晚餐都已经晚上八点了。

ก：ที่สำคัญคุณต้องรักษาอารมณ์ให้ปลอดโปร่ง อย่ากินมากเกินไป พยายามเคี้ยวอาหารช้า ๆ
甲：重点是你要保持心情舒畅，不要吃过量，吃饭时尽量细嚼慢咽。

ข：นอกจากควบคุมเรื่องอาหารการกินแล้ว คุณออกกำลังกายด้วยหรือเปล่า
乙：除了控制饮食，你还做运动吗？

ก：ถ้าอยากรักษารูปร่างให้ดูดี ก็ต้องออกกำลังกาย ฉันวิ่งทุกเช้า ไปเดินเล่นหลังอาหารเย็น ลดความอ้วนได้ผลเร็วจริง ๆ แล้วการออก

กำลังกายแต่ละครั้งไม่จำเป็นต้องนานมาก

甲：如果你想保持好身材就得做运动，我每天早上跑步，晚饭后散步，能快速有效地减肥，其实每次运动时间不用太长。

ข：ใช่ การออกกำลังกายทำให้คนสดชื่น แต่ฉันก็ไม่มีเวลา นอนไม่พอด้วย

乙：是啊，运动会使人感到精神，可是我没有时间运动，而且睡眠不足。

ก：นอนน้อยกว่า ๖ ชั่วโมงหรือเกิน ๘ ชั่วโมงทำให้อ้วนเหมือนกัน และควรปรับอิริยาบถในชีวิตประจำวันให้ถูกต้อง ทั้งท่านั่ง ท่ายืน และท่านอน

甲：睡眠少于6小时或多于8小时也容易导致发胖。日常生活中还应当保持正确的姿势，包括坐姿、站姿和睡姿。

ข：ฟังแล้ว รู้สึกว่าต้องเลิกนิสัยเดิม ๆ แล้วล่ะค่ะ

乙：听你这么说，我得改变以往的生活习惯了。

ก：ค่ะ สุขภาพจะได้แข็งแรงและสวยขึ้นทุกวัน

甲：是的，这样身体才会健康，越变越美丽。

🎧 คำศัพท์ 词汇表

พักเที่ยง 午休	ลาพัก 休假
ทำความสะอาด 打扫	เรียบ 平整
เช็ด 擦	กระจก 玻璃
อ่อนเพลีย 疲惫	ปลอดโปร่ง 舒畅
สกปรก 脏	ถู 拖
คนใช้ 佣人	แปรงสีฟัน 牙刷
ตาก 晒	ตื่น 醒
ตัดหญ้า 除草	รดน้ำ 浇水，淋水
ขี้เกียจ 懒	ง่วงนอน 困倦

หลับ 睡着
ขี้หลงขี้ลืม 健忘
คอนเสิร์ต(concert) 演唱会
ละคร 电视剧
ทำโอที 加班
แบ่งเบา 减轻
ซอก 缝，夹缝
ทิ้ง 扔，丢
สุขอนามัย 保健，卫生
อ้วน 胖
อารมณ์ 心情
ควบคุม 控制
สดชื่น 舒畅
ท่า 姿势
สมาธิ 定心，定力
สุดสัปดาห์ 周末
เล่นเน็ต 上网
ตกปลา 钓鱼
งานบ้าน 家务活
ภาระ 负担
ประโยชน์ 用处
ทั่วถึง 全面，全部
เจอกัน 遇见，见面
ประจำ 固定
เคี้ยว 嚼
รูปร่าง 形体，身材
อิริยาบถ 动作，举止，姿势

ข้อสังเกต 注释

1. ให้ 是多义词，用法如下：

（1）动词

①表示“给”的意思。例如：

ฉันซื้อของขวัญให้เพื่อน 我买礼物给朋友。

②表示“让”的意思。例如：

อาจารย์ให้นักศึกษาทำการบ้าน 老师让学生做作业。

（2）介词，帮某人做某事，表示“替，帮，为”的意思。例如：

หนูซ่อมให้แม่ 我帮妈妈修。

（3）助动词，用于表示要求、允许、命令的动词后，是表使令语气的句子。例如：

อาจารย์สั่งให้เขาไปพักผ่อน　老师吩咐他去休息。

เรื่องนี้อย่าบอกให้ใครรู้　这件事别告诉别人。

用于表示祝福、祝愿。例如：

ขอให้เดินทางโดยสวัสดิภาพ　祝你一路顺风。

2. จัด 多义词，用法如下：

（1）动词，表示“布置，陈列，整理”的意思，意为有秩序、有条理、有组织地处理事务。例如：

การจัดตกแต่งบ้านจะทำให้บ้านของเราน่าอยู่และสวยงาม
布置家居使我们的家舒适而漂亮。

พี่ชายจัดเรียงข้อมูลคอมพิวเตอร์　哥哥整理电脑资料。

（2）副词，表示“十分，非常，极，甚”的意思。例如：

วันนี้ร้อนจัด　今天非常热。

ผลไม้แก่จัด　水果熟透了。

คำศัพท์เพิ่มเติม　补充词汇

โรงรถ　车库

ท่อระบายน้ำ　排水管，排水沟

ขับไล่　驱赶

เกะกะ　凌乱，杂乱

โต๊ะสี่เหลี่ยม　方桌

ตู้ถ้วยชาม　碗柜，橱柜

กระทะ　锅，釜

หม้อหุงข้าว　电饭锅

เตาอบไมโครเวฟ　微波炉

เตาอบ　烘炉，烘箱

แปลงดอกไม้　花坛

ป้องกัน　防卫，保卫；防止

สะอาดสะอ้าน　干净

โต๊ะหัวเตียง　床头桌

โต๊ะกลม　圆桌

ตู้หนังสือ　书柜

กาน้ำ　水壶

เครื่องปิ้งขนมปัง　烤面包机

เครื่องทำกาแฟ　咖啡机

เตาผิง　壁炉

ตู้เย็น 冰箱

เครื่องซักผ้า 洗衣机

วิทยุ 收音机

พัดลม 风扇

พัดลมระบายอากาศ 排气扇

เครื่องดูดฝุ่น 吸尘器

หลอดไฟฟ้า 灯管

กล้องดิจิตอล 数码相机

กล้องวิดีโอ 摄影机

เครื่องโกนหนวด 刮胡器

กรรไกร 剪刀

กรรไกรตัดเล็บ 指甲钳

เข็ม 针

ด้าย 线

เข็มกลัด 别针，胸针

ไฟแช็ค 打火机

ไฟฉาย 手电筒

ไม้เท้า 手杖，拐棍

เครื่องประดับ 装饰品

แจกัน 花瓶

ผ้าปูโต๊ะ 桌布

เทียน 蜡烛

ไม้กวาด 扫把

ผงซักฟอก 洗衣粉

สายยาง 水管

เทปใส 透明胶

กะละมัง 脸盆

ถุงพลาสติก 塑料袋

รูปประโยคเพิ่มเติม 句型拓展

ทำยังไงถึงจะ... 怎么样才……?

เนื่องจาก...จน... 由于……以致……

น่าจะ... 应该……

ว่าจะ...สักหน่อย 正打算……一下

ยัง...อยู่ 还……呢……

...ก็...เหมือนกัน ……（同样）也……

ช่วยกัน... 一起帮忙……

เอา...ไป/มา 拿……去/来

ก่อนอื่น... 首先……

...เสียก่อน แล้วค่อย... 先……然后再……

แบบฝึกหัด 练习

一、根据中文意思完成下列填空。

1. เธอควร_____แต่เช้า

   你应该早起。

2. ทำไมช่วงนี้เรา_____ทั้งวัน

   为什么最近我们觉得一整天都困倦?

3. ฉันออกกำลังกายทุกวัน เพื่อ_____รูปร่าง_____ดี

   为了保持身材，我每天锻炼身体。

4. ปีใหม่ต้อง_____ให้พิเศษกว่าวันธรรมดา

   新年搞卫生要比平时更彻底。

5. เธอต้อง_____หรือเปล่า

   你要做家务吗?

二、用泰语表达下列句子。

1. 把碟子洗干净一点。

2. 来帮我打扫一下房间的卫生。

3. 平常你喜欢做些什么?

4. 我们先拖地然后再整理东西。

5. 你还没有打扫房间。

6. 爸爸每天早出晚归。

7. 我忘记把书拿去还了。

8. 我们应该一起帮忙想一起帮忙做。

9. 我喜欢晚饭后去散步。

10. 分工做会让工作完成得更快。

三、用泰语模拟下列情景进行对话。

1. 用泰语谈论日常起居。

2. 用泰语谈论日常家务。

ความรู้ที่เกี่ยวข้อง 常识

泰国人的生活可以用两个词来描述，一个是“สบาย”（舒适），另一个是“สนุก”（有趣），它们充分地体现了泰国人享受生活的态度。泰国地理条件优越，土地肥沃，泰国人自古以来傍水而居，“水中有鱼，田里有稻”(ในน้ำมีปลา ในนามีข้าว)一说道出了优越的自然条件让泰国人生活得衣食无忧。泰国人生性安逸，处世态度不紧不慢，在工作和生活中习惯放慢速度，做起事情爱随着自己的性子。加之泰国气候炎热，因此一句“ใจเย็น ๆ”（别着急，慢慢来）便常常被挂在嘴边，这种悠游自在的慢生活正是泰国人的生活之道。除了讲究舒适安逸，泰国人平日里的生活还必须是充满乐趣的。泰国人喜欢嘻笑，嗜酒好赌的风气盛行，因而斗鱼、斗鸡、斗牛、赛马和泰拳等赌博游戏五花八门。

为了在社会中形成崇尚简单、乐天知足、简朴的生活风气，缓解社会矛盾，减少阶层对立，泰国国王普密蓬·阿杜德提出了“适度经济”理论，倡导以适度经济生活哲理作为指导，鼓励泰国人民过自给自足的生活

บทที่ ๑๔ เทศกาล
第十四课 节日

รูปประโยคพื้นฐาน 基本句型

ความเป็นมาของ...คือ...	……的由来是……
...ให้กันและกัน	互相……
...มีความสำคัญอย่างไร	……有多重要?
แจก...ให้...	发……给……
เคยเที่ยว / ไป...ไหม	曾经玩/去过……吗?
ได้ยินว่า...	听说……

ประโยคทั่วไป 常用句子

วันนี้ทำอะไรบ้างครับ	今天做些什么呢?
มีงานเทศกาลอะไรอีกไหม	还有什么节日活动?
เที่ยวเทศกาลนี้ที่ไหนดี	去哪里过这个节日好?
เที่ยวเทศกาลสงกรานต์สนุกไหม	宋干节好玩吗?
คุณทำกระทงเป็นไหม	你会制作水灯吗?

วันวาเลนไทน์หรือวันแห่งความรักทำไมต้องเป็นวันที่ ๑๔ กุมภาพันธ์
为什么情人节定在2月14日呢?

วันสงกรานต์เป็นวันขึ้นปีใหม่ของไทยแต่เดิม 宋干节是泰国传统新年。

วันสงกรานต์เป็นวันหยุดราชการ 宋干节是法定假日。

เด็ก ๆ เล่นสาดน้ำอย่างสนุกสนานในวันสงกรานต์
孩子们在宋干节开心地泼水。

คนไทยทำบุญตักบาตรเพื่อเป็นสิริมงคลแก่ชีวิตตลอดทั้งปี

泰国人斋僧行善是为了让一整年的生活都吉祥如意。

น้ำที่รดมักใช้น้ำธรรมดาผสมน้ำอบไทย
洒的水通常是用普通的水混合泰式香水。

เชิญเข้าร่วมขบวนแห่ประเพณีสงกรานต์ของมหาวิทยาลัย
请加入学校宋干节的游行队伍。

ฉันคิดว่าเทศกาลลอยกระทงสนุกที่สุด พระจันทร์เต็มดวง สวยมาก
我认为水灯节最有趣，月亮满月时很漂亮。

กระทงทำด้วยใบตอง เป็นรูปดอกบัว ปักธูปเทียน
水灯用芭蕉叶做成莲花形状，插上蜡烛和香。

คนไทยทำบุญ ปล่อยนกปล่อยปลา 泰国人放生鸟和鱼行善。

การประกวดนางงามก็เป็นส่วนสำคัญของเทศกาลนี้เช่นกัน
选美也是这个节日重要的一部分。

ใคร ๆ ก็ร่วมสนุกได้ 谁都可以参与到欢乐中去。

วันออกพรรษาเป็นวันสำคัญทางพุทธศาสนาวันหนึ่ง
出夏节是重要的佛教节日之一。

คนจีนก็มาเที่ยวเทศกาลนี้เยอะนะ 也有很多中国人在这个节日来旅游。

เทศกาลตรุษจีนใกล้มาถึงแล้ว ขอส่งความสุขให้แก่ทุกท่าน
春节快到了，祝各位幸福。

ขนมเหนียนเกาเป็นอาหารที่ขาดไม่ได้ในวันตรุษจีน
年糕是春节必不可少的食品。

บ๊ะจ่างเป็นขนมฉลองเทศกาลที่แจกให้แก่เพื่อนฝูงญาติพี่น้อง
粽子是送给亲朋好友的节日糕点。

ดวงจันทร์ในวันไหว้พระจันทร์สว่างสดใสเป็นพิเศษ
中秋节的月亮特别明亮。

เทศกาลตวนอู่ปีนี้หยุดติดต่อกัน ๓ วัน 今年端午节连续放假三天。

เทศกาลกินเจเป็นประเพณีลัทธิเต๋า 吃斋节是道教习俗。

การสนทนา 情景对话

บทสนทนาที่ ๑ เทศกาลตวนอู่
会话1　　端午节

（นักศึกษาต่างชาติไทยกับนักศึกษาจีนกำลังพูดถึงเรื่องเทศกาลตวนอู่ของประเทศจีน）
（泰国留学生和中国学生正在聊中国的端午节。）

ก：วันขึ้น ๕ ค่ำเดือน ๕ ตามปฏิทินจันทรคติจีนเป็นเทศกาลตวนอู่ของจีน
甲：农历五月初五是中国的端午节。

ข：ทำไมตั้งชื่อเทศกาลนี้ว่า“ตวนอู่”คะ
乙：为什么称“端午”呢?

ก：คำว่า“ตวน”ในภาษาจีนหมายถึงต้นหรือเริ่มต้น วันขึ้น ๕ ค่ำเดือน ๕ อยู่ในต้นเดือนและเดือนนี้ออกเสียงว่า“อู่ ” จึงเรียกว่า“ตวนอู่”
甲：“端”在汉语里是指最初或开始的意思，五月初五在五月初，并且五月发音为“午”，因此叫作“端午”。

ข：ความเป็นมาของเทศกาลตวนอู่คืออะไรคะ
乙：端午节的由来是什么?

ก：ตำนานเกี่ยวกับความเป็นมาของเทศกาลตวนอู่ที่แพร่หลายมากที่สุดก็คือตำนานที่เล่ากันว่าเทศกาลตวนอู่เป็นเทศกาลเพื่อรำลึกถึงชวีหยวน
甲：关于端午节由来的典故流传得最广的是，端午节是纪念屈原的节日。

ข：ชวีหยวนเป็นใครคะ
乙：屈原是谁?

ก：กวีผู้รักชาติในสมัยโบราณของจีนครับ
甲：中国古代的爱国诗人。

ข：ขนมบ๊ะจ่างเป็นอาหารที่นิยมกินกันในเทศกาลตวนอู่ ใช่ไหม

乙：粽子是端午节流行的食物是吗？

ก：ครับ การกินขนมบ๊ะจ่างเป็นประเพณีสำคัญที่สุดในเทศกาลตวนอู่ นอกจากนี้แล้ว ยังมีประเพณีแข่งเรือมังกรในเทศกาลตวนอู่ด้วย

甲：是的，吃粽子是端午节最重要的习俗。除此之外，还有在端午节赛龙舟。

ข：น่าสนใจจริง ๆ ค่ะ

乙：真有趣啊！

บทสนทนาที่ ๒　วันสงกรานต์
会话2　　　　宋干节

（นักศึกษาต่างชาติจีนกับนักศึกษาไทยกำลังพูดถึงเรื่องเทศกาลสงกรานต์ ของประเทศไทย）

（中国留学生和泰国学生正在聊泰国的宋干节。）

ก：เทศกาลอะไรเป็นเทศกาลที่สำคัญที่สุดของไทยครับ

甲：什么节日是泰国最重要的节日？

ข：วันสงกรานต์ค่ะ เป็นเทศกาลวันขึ้นปีใหม่ของคนไทย

乙．宋干节，是泰国人的新年。

ก：สงกรานต์หมายถึงอะไรครับ

甲：宋干是什么意思？

ข：สงกรานต์เป็นคำสันสกฤต แปลว่าผ่านหรือเคลื่อนย้ายเข้าไป ซึ่งวัน สงกรานต์หมายความว่าเป็นจุดเริ่มต้นของปีตามปฏิทินไทย

乙：宋干是梵语，译为"过"或"出发、迈向"，即宋干节是指泰历一年的开始。

ก：ตรงกับวันไหนครับ

甲：是哪天？

ข：วันที่ ๑๓ ถึง ๑๕ เมษายน

乙：4月13日至15日。

ก：มีงานฉลองอะไรบ้างครับ

甲：有哪些庆祝活动？

ข：มีงานรื่นเริงต่าง ๆ โดยเฉพาะหนุ่มสาวจะเล่นสาดน้ำกันอย่างสนุกสนาน

乙：有各种娱乐活动，特别是青年男女会一起尽情欢快地泼水。

ก：แต่ทำไมต้องสาดน้ำกันในวันนั้นล่ะ

甲：为什么在那天要泼水呢？

ข：เป็นการอวยพรปีใหม่ให้กันและกัน บางคนก็เล่นสนุกเอาแป้งมาป้ายหน้า

乙：是新年互相祈福，有的人为了好玩还会拿粉来涂脸。

บทสนทนาที่ ๓　การวางแผนวันตรุษจีน
会话3　　　春节计划

（เพื่อนร่วมงานสองคนกำลังพูดถึงเทศกาลวันตรุษจีนและแผนการเดินทางในช่วงวันหยุด）

（两个同事正在聊春节及假期出行的计划。）

ก：เทศกาลอะไรเป็นเทศกาลที่สำคัญที่สุดของชาวจีนคะ

甲：哪个节日是中国人最重要的节日？

ข：ก็วันตรุษจีนน่ะสิ

乙：当然是春节了。

ก：วันตรุษจีนมีความสำคัญอย่างไรบ้างคะ

甲：春节有多重要？

ข：ตรุษจีนเป็นงานเฉลิมฉลองที่ยาวที่สุดและสำคัญที่สุดของจีน เป็นวันขึ้นปีใหม่ตามปฏิทินจันทรคติ

乙：春节是中国一年中最重要的节日，庆祝时间最长，是农历的新年。

ก：เมื่อถึงเทศกาลนี้ ครอบครัวจีนจะทำอะไรคะ

甲：到了这个节日中国的家庭会做些什么？

ข：ทุกคนก็จะกลับบ้านพร้อมหน้าพร้อมตากัน เพื่อทานอาหารเย็นด้วยกัน
ผู้ใหญ่จะแจกอั่งเปาให้เด็ก

乙：每个人都会回家团聚，一块儿吃晚饭，长辈会给孩子发红包。

ก：ไม่ไปเที่ยวไหนหรือคะ

甲：不去哪里玩吗?

ข：บางคนอาจจะมีแผนไปท่องเที่ยว เช่น ไปเที่ยวประเทศแถบเอเชีย
ตะวันออกเฉียงใต้

乙：一些人会计划出门旅行，比如到东南亚国家旅游。

ก：คุณล่ะ ตรุษจีนนี้วางแผนไปเที่ยวหรือยังคะ

甲：你呢? 今年春节计划旅行了吗?

ข：ปีนี้อยากจะไปเยี่ยมญาติที่ไหหลำ แล้วพาลูกไปเที่ยวทะเล

乙：今年想去海南拜访亲戚，然后带孩子去海边玩。

ก：จะไปกี่วัน พักที่ไหนคะ

甲：要去几天? 住在哪里?

ข：๕ วัน ๔ คืนครับ ผมจองโรงแรมวิวทะเลที่เมืองซานย่าไว้ มีน้ำพุร้อนด้วย

乙：5天4夜，我订了三亚带有温泉的海景酒店。

ก：ดีจัง ได้หยุดงานและพักผ่อนกับครอบครัว

甲：真好啊，能够休假和家人在一起。

บทสนทนาที่ ๔ เทศกาลจีนไทย
会话4　　　中泰节日

（คุยเรื่องเทศกาลจีนและเทศกาลไทย）
（聊中国节日和泰国节日。）

ก：เทศกาลของประเทศจีนมีอะไรบ้างคะ

甲：中国有哪些节日?

ข：มีหลายเทศกาล อย่างเช่น เทศกาลวันเช็งเม้ง วันไหว้พระจันทร์

และวันตรุษจีน

乙：有很多节日，比如，清明节、中秋节和春节。

ก：คุณคิดว่าเทศกาลไหนสนุกที่สุด

甲：你认为哪个节日最有趣？

ข：วันตรุษจีน คนจีนจัดงานคึกคักยิ่งใหญ่ที่สุดในวันตรุษจีน

乙：春节，中国人在春节举行最热闹盛大的活动。

ก：ตรุษจีนมีการเฉลิมฉลองกันในหลายประเทศที่มีชาวจีนอาศัยอยู่ ใช่ไหม

甲：有中国人居住的国家都会庆祝春节是吗？

ข：ครับ แต่รูปแบบการฉลองเทศกาลตรุษจีนเปลี่ยนแปลงไปเรื่อย ๆ ตามภูมิภาคและยุคสมัย

乙：是的，但庆祝春节的形式一直随着地域和时代而变化。

ก：เมืองไทยก็มีเทศกาลสำคัญมากมาย เคยเที่ยววันลอยกระทงไหม

甲：泰国有许多重要的节日，参加过水灯节的活动吗？

ข：ไม่เคยครับ เมื่อไรครับ

乙：没有，什么时候？

ก：ตรงกับวันขึ้น ๑๕ ค่ำ เดือน ๑๒ ซึ่งอยู่ในปลายฤดูฝน อากาศในช่วงนั้นเย็นสบาย

甲：正值泰历十二月十五日雨季末，那段时间气候凉爽。

ข：ในวันลอยกระทงทุกคนจะไปลอยกระทงหรือครับ

乙：水灯节人们都会去放水灯吗？

ก：คนส่วนใหญ่จะนำกระทงไปลอยตามแม่น้ำลำคลองที่อยู่ใกล้ ๆ คนไทยเชื่อว่ากระทงจะนำความชั่วร้ายต่าง ๆ ไปด้วย

甲：大部分人会拿水灯到附近的河边去放，泰国人相信水灯会带走各种霉运。

ข：ฟังดูเข้าท่าดี

乙：听起来很不错。

ก：ได้ยินว่าที่เมืองจีนชาวสิบสองปันนาก็ฉลองวันสงกรานต์ด้วย ใช่ไหม

甲：听说在中国，西双版纳人也庆祝宋干节是吗？

ข：ใช่ครับ ชาวไตแถบมณฑลยูนนานเฉลิมฉลองเทศกาลนี้ด้วย เพราะว่าเป็นวันปีใหม่ของชาวไต
乙：对，云南省一带的傣族人也庆祝这个节日，因为是傣族人的新年。

คำศัพท์ 词汇表

เทศกาลสงกรานต์ 宋干节
วันวาเลนไทน์ 情人节
แต่เดิม 传统
สาดน้ำ 洒水
สิริมงคล 吉祥
น้ำอบไทย 泰式香水
ประเพณี 风俗习惯
พระจันทร์ 月亮
ใบตอง 芭蕉叶
ปัก 插
เทียน 蜡烛
วันออกพรรษา 出夏节
ขนมเหนียนเกา 年糕
วันไหว้พระจันทร์ 中秋节
ลัทธิเต๋า 道教
ความเป็นมา 由来，来历
เกี่ยวกับ 关于
เล่า 讲述
มังกร 龙
กระทง 水灯
วันขึ้นปีใหม่ 新年
วันหยุดราชการ 法定假日
ทำบุญตักบาตร 斋僧行善
ผสม 混合
ขบวนแห่ 游行队伍
ลอย 漂
เต็มดวง 满月
ดอกบัว 荷花，莲花
ธูป 香
ประกวด 比赛
พุทธศาสนา 佛教
บ๊ะจ่าง 粽子
เพื่อนฝูง 朋友们
เทศกาลตวนอู่ 端午节
ตำนาน 典故
แพร่หลาย 普及
รำรึก 纪念，怀念
สนใจ 感兴趣

หมายถึง	意思是	สันสกฤต	梵语
แปล	翻译	ผ่าน	过
เคลื่อนย้าย	出发，迈向	รื่นเริง	开心
สนุกสนาน	有趣	อวยพร	祝福
ป้าย	涂	พร้อม	齐全
แจก	分，分发	อั่งเปา	红包
แถบ	地带，地区	ไหหลำ	海南
ทะเล	大海	วิว	景色
น้ำพุร้อน	温泉	วันเช็งเม้ง	清明节
ยิ่งใหญ่	盛大	เฉลิมฉลอง	庆祝
แม่น้ำลำคลอง	河流	ชั่วร้าย	恶劣，卑劣
เข้าท่า	得当，适合	สิบสองปันนา	西双版纳
ยูนนาน	云南	ไต	傣族

ข้อสังเกต 注释

1. กัน 的用法如下：
（1）副词，表两个人以上完成的动作或表示相互之间的动作。例如：

เราไปทานข้าวด้วยกัน 我们一块去吃饭。

ฉันเห็นสองคนนั้นตีกัน 我看见那两个人打架。

（2）动词，表示"防，防御，防护"的意思。例如：

ครีมกันแดดป้องกันได้เฉพาะรังสี UVB เท่านั้น
防晒霜只能防UVB紫外线而已。

2. อย่าง 是多义词，用法如下：
（1）结构助词，常与形容词或形容词词组结合在一起，修饰前面的谓语动词，说明状态，意为"……地……"。例如：

เราแลกเปลี่ยนความคิดอย่างจริงใจ　我们真诚地交流想法。
ทั้งสองฝ่ายกำลังวิเคราะห์เรื่องนี้อย่างละเอียด
双方正在详细地分析这件事。

（2）名词，表示"样子，般，式"的意思。例如：

ทำไมเธอต้องทำอย่างนี้　你为什么要这样做?

（3）量词，表示"样，份"的意思。例如：

พี่ทำงานหลายอย่าง　哥哥做好几份工作。

คำศัพท์เพิ่มเติม　补充词汇

เทศกาลวันโกหก　愚人节	วันเด็ก　儿童节
วันแม่　母亲节	วันพ่อ　父亲节
เทศกาลโคมไฟ　元宵节	เทศกาลดนตรี　音乐节
เทศกาลภาพยนตร์　电影节	สุขสันต์วันปีใหม่　新年快乐
สมความปรารถนา　如意	กิจกรรม　活动
การแสดง　表演	ศิลปะ　艺术
วัฒนธรรม　文化	มรดก　遗产
ภูมิปัญญา　智慧	ช้านาน　悠久
โรแมนติก(romantic)　浪漫	ชนกลุ่มน้อย　少数民族
ล้ำค่า　无价的，珍贵	เดินขบวน　游行
จุด　点燃	พลุ　烟火
ดอกไม้ไฟ　烟花	ใส่บาตร　施斋
เลี้ยงพระ　斋僧	งานวัด　庙会活动
ขนมไหว้พระจันทร์　月饼	ชดเชย　补偿

รูปประโยคเพิ่มเติม 句型拓展

สามารถ...ได้	能够……
เต็มไปด้วย...	充满……
...ต่างก็...	……都……，……全部都……
...สำหรับ...	为……，供……之用

แบบฝึกหัด 练习

一、根据中文意思完成下列填空。

1. _____เป็นเทศกาลวันขึ้นปีใหม่ของคนไทย
   宋干节是泰国人的新年。

2. ประเพณีลอยกระทงถือเป็นงานประจำปีที่สำคัญ_____
ที่จังหวัดเชียงใหม่มีการจัดขบวนแห่กระทงใหญ่
   水灯节是每年重要的节日，特别是清迈会举行大型水灯游行。

3. ทำไมต้อง_____น้ำกันในวันสงกรานต์
   宋干节为什么要互相泼水？

4. กระทง_____ใบตอง
   水灯是用芭蕉叶做的。

5. คณะกรรมการ_____รางวัล_____นางงามคนใหม่
   评委会把奖项颁发给选美新人。

二、用泰语表达下列句子。

1. 宋干节好玩吗？

2. 去赏过花灯节吗？

3. 你会包粽子吗？

4. 哪个节日是中国人最重要的节日？

5. 事实上，清明祭拜仪式比过去简化。

6. 入夏节是泰国重要的佛教节日之一。

7. 在春节，长辈会给孩子发红包。

8. 泼水是新年的互相祝福。

9. 哥哥奇怪地看着。

10. 端午节是纪念屈原的节日。

三、用泰语模拟下列情景进行对话。

1. 用泰语谈论中国节日。

2. 用泰语谈论泰国节日。

ความรู้ที่เกี่ยวข้อง **常识**

泰国节日较多，包括国际性节日、宗教性质的节日及王室纪念日和其他公众假日等。不少泰国传统节日隆重又具有浓厚的泰民族风俗特色，吸引了许多国内外的人士和游客前往观看。由于泰国华人众多，在民间也有庆祝春节、中秋节等中国传统节日的习俗。

泰国的重要节假日如下：

节日时间	中文名称	泰文名称	节日来由
1月1日	元旦	วันขึ้นปีใหม่	公历新年
2月（泰历3月15日）	万佛节	วันมาฆบูชา	纪念佛祖释迦牟尼与弟子聚集在一起，宣讲颁布佛经，弘扬佛法，"万佛节"源于纪念这次佛教大聚会。
4月6日	曼谷王朝纪念日（却克里王朝纪念日）	วันที่ระลึกพระมหาจักรีบรมราชวงศ์(วันจักรี)	纪念曼谷王朝的奠定
4月13-15日	宋干节	วันสงกรานต์	泰国传统佛历新年
5月1日	劳动节	วันแรงงานแห่งชาติ	1932年泰国颁布劳工条例，将每年的5月1日确定为国家的劳动节。
5月5日	泰王登基纪念日	วันฉัตรมงคล	泰国国王拉玛九世普密蓬·阿杜德于1950年5月5日加冕登基。

续表

节日时间	中文名称	泰文名称	节日来由
5月	春耕节	วันพืชมงคล	庆祝耕种季节开始，祈祷风调雨顺，农业丰收。
5月（泰历6月15日）	佛诞节	วันวิสาขบูชา	佛祖释加牟尼诞辰
7月（泰历8月16日）	守夏节（入夏节）	วันเข้าพรรษา	守夏节历时三个月（泰历8月16日至11月15日）在此期间，僧侣守在寺中，不外出化缘，由百姓供奉。
8月12日	母亲节	วันแม่แห่งชาติ	泰国诗丽吉皇太后1932年8月12日诞生于曼谷，政府将每年8月12日定为泰国的"母亲节"。
10月（泰历11月15日）	出夏节（解夏节）	วันออกพรรษา	雨季过去，守夏节结束称"出夏节"。
10月23日	五世王纪念日	วันปิยมหาราช	朱拉隆功大帝逝世纪念日
11月（泰历12月15日）	水灯节	วันลอยกระทง	人们在河边漂放水灯，感谢水的恩德，也对污染水而忏悔，同时希望所有的厄运能够顺水漂走。
12月5日	父亲节	วันพ่อแห่งชาติ วันชาติ	泰国国王拉玛九世1927年12月5日诞生于美国，政府将每年12月5日定为泰国的"父亲节"。
12月10日	宪法纪念日	วันรัฐธรรมนูญ	纪念1932年12月10日泰国颁布第一部宪法，标志着泰国迈进民主法制时代。

参考答案

第一课

一、1. เป็นยังไงบ้าง   2. สบายดีไหม   3. พบกันใหม่   4. มีนัด   5. ไม่ค่อย

二、1. สวัสดีค่ะจางเฉียง   2. นานแล้วไม่ได้เจอกัน หมู่นี้คุณสบายดีหรือ
3. ฉันยุ่งมาก คุณล่ะ   4. คุณจะไปไหนคะ   5. ผมมีธุระ ขอตัวก่อนนะ   6. ดีใจ
(ยินดี)มากที่ได้รู้จักคุณ   7. แล้วติดต่อมานะ   8. กับข้าวที่คุณทำอร่อยมาก ขอบคุณมาก
9. พอถึงบ้าน ก็โทรศัพท์มาบอกผมนะ   10. ขอให้เดินทางปลอดภัยนะคะ

第二课

一、1. ชื่อ   2. มาจาก   3. เป็นใคร   4. รู้จัก   5. ข้าราชการ

二、1. คุณชื่ออะไรคะ คุณมีชื่อเล่นไหม   2. ผมชื่อหวังเฉียง ผมไม่มีชื่อเล่นครับ
3. นี่พี่สาวของฉัน ชื่อจางเสีย   4. ท่านนี้เป็นผู้จัดการของบริษัทเรา คุณจางครับ   5.
คุณมาจากประเทศไหน   6. ดิฉันเป็นคนภาคใต้ บ้านอยู่เมืองกุ้ยหลิน   7. คุณรู้จักเพื่อน
คนใหม่ของหวังเฟยไหม   8. ผมทำงานที่ธนาคารกรุงเทพ   9. ผมเป็นนักศึกษาต่างชาติ
เรียนอยู่ที่มหาวิทยาลัยหอการค้าไทย   10. นี่เป็นเบอร์โทรและนามบัตรของฉัน
แล้วโทรติดต่อกันนะคะ

第三课

一、1. ไปยังไง   2. ไม่ทราบว่า   3. อยู่ติดกับ   4. จาก...ถึง...   5. สอบถาม

二、1. ไม่ทราบว่าไปห้างสรรพสินค้าไปยังไงคะ   2. ไปสถานีรถไฟนั่งรถสายไหนคะ
3. ที่นี่ห่างจากใจกลางเมืองมากไหม   4. ร้านค้าอยู่แถวไหน ผมอยากซื้อของนิดหน่อย
5. ต้องการให้ดิฉันช่วยไหมคะ   6. เดินตรงไปถึงสี่แยกไฟแดงแล้วเลี้ยวขวา ร้านหนังสือ
อยู่ตรงข้ามกับธนาคาร   7. ผมอยากจะสอบถามเส้นทางระหว่างหนานหนิงกับกุ้ยหลิน
8. ผมอยากจะจองห้องเดี่ยวหนึ่งห้อง   9. ผมเข้าใจแล้วครับ ขอบคุณมาก   10. ขอโทษ
ผมก็ไม่ค่อยแน่ใจครับ

第四课

一、1. กรุณา   2. รอนาน   3. ยินดีต้อนรับ   4. เป็นเกียรติ   5. ตั้งใจ

二、1. การเดินทางราบรื่นดีนะคะ　2. จะดื่มน้ำชาหรือกาแฟคะ　3. ขอบคุณที่ต้อนรับคณะของเราดียิ่ง　4. ขอต้อนรับคณะผู้แทนที่มาเยี่ยมโรงเรียนเราด้วยความยินดีครับ　5. ในนามของคณะผู้แทน ผมขอขอบพระคุณโรงเรียนท่าน　6. ไม่ต้องเกรงใจ ถือเป็นกันเอง　7. เชิญตามสบายนะคะ กรุณาดื่มน้ำชาก่อนค่ะ　8. เย็นนี้ผู้จัดการบริษัทเราจะจัดงานเลี้ยงทุกท่านนะคะ　9. นี่เป็นของที่ระลึกเล็กน้อยที่พวกเราขอมอบให้ท่านครับ　10. ผมเกรงใจจริง ๆ ขอบคุณมากเลยครับ

第五课

一、1. อ้วนกว่า　2.ทั้งหมด　3. ใหญ่ที่สุด　4. หนึ่งในสาม　5. แค่/เพียง

二、1. สวนสาธารณะแห่งนี้มีเนื้อที่เท่าไร　2. คุณสูงกว่าจางเฉียงกี่เซ็นต์　3. อาหารมื้อนี้ทั้งหมด ๒๐๐ หยวน　4. ในประเทศไทย จังหวัดไหนมีประชากรมากที่สุด　5. เงินเดือนของเขามากกว่าฉัน ๒ เท่า　6. แต่ละปี เศรษฐกิจของประเทศจีนขยายตัวประมาณร้อยละ ๗　7. เขาใช้เวลาส่วนใหญ่ในการทำงาน　8. ตึกหลังนี้ยาว ๓๐ เมตร กว้าง ๒๐ เมตร และสูง ๑๐ เมตร　9. สินค้าเหล่านี้มีกำไรต่ำมาก แค่ร้อยละ ๕ เท่านั้น　10. ถ้าคุณจะซื้อเป็นจำนวนมาก เราจะลดให้ครึ่งราคา

第六课

一、1. ชั่วโมง　2.สัปดาห์หนึ่ง　3.ปี ค.ศ. 2013　4.ช่วง ช่วงเช้า ช่วงบ่าย ช่วงค่ำ　5.ข้าง　6.ใต้

二、1. ตีสี่ห้าสิบนาที / สี่นาฬิกาห้าสิบนาที　เจ็ดโมงสามสิบห้านาที / เจ็ดนาฬิกาสามสิบห้านาที　บ่ายสองโมงสิบห้านาที / สิบสี่นาฬิกาสิบห้านาที　หกโมงครึ่ง / สิบแปดนาฬิกาสามสิบนาที　สี่ทุ่มห้านาทีสามสิบสี่วินาที / ยี่สิบสองนาฬิกาห้านาทีสามสิบสี่วินาที　วันที่ ๘ เมษายน พ.ศ.๒๕๒๘　วันที่ ๒๑ ธันวาคม พ.ศ.๒๕๔๐　วันที่ ๓๑ มกราคม พ.ศ.๒๕๕๑ วันที่ ๑๖ กรกฎาคม พ.ศ.๒๕๕๖ วันอังคารที่แล้ววันอาทิตย์หน้า เช้าวันเสาร์ ต้นเดือนหน้า คืนนี้　2. อีก ๑๐ นาที ๕ โมง　3. คุณทำงานอาทิตย์ละกี่ชั่วโมง　4. ฉันกลับบ้านตอนบ่าย　5. ฉันเรียนภาษาไทยเกือบปีแล้ว　6. วันนี้เป็นวันพฤหัสบดีใช่ไหม　7. พรุ่งนี้เป็นวันเสาร์ ตอนเย็นคุณจะทำอะไร　8. ผมไปกรุงเทพฯ เมื่อเดือนที่แล้ว　9. คุณเข้ามหาวิทยาลัยเมื่อไร　10. เมื่อวานคุณไปไหนมา　11. ห้องสมุดอยู่ชั้น ๒　12. บ้านผมอยู่ใกล้โรงเรียน ตรงข้ามตลาด

第七课

一、1.โทรกลับ 2.กำลัง 3.ค่อยโทรมาใหม่ 4.หรือเปล่า 5.ส่ง มาให้

二、1.มีอะไรจะให้ดิฉันช่วยไหม 2.ผมฟังไม่ชัด พูดอีกครั้งได้ไหม 3.กรุณารอสักครู่ ดิฉันจะไปตามให้ 4.กรุณารอสักครู่ ขอจดก่อน 5.บอกอีกทีได้ไหมคะ จดไม่ทัน 6.ขอโทษที่โทรมารบกวน 7.ให้เธอติดต่อกับผู้จัดการใหญ่ฝ่ายการตลาดภายในวันนี้ 8.ส่งทางอากาศเท่าไรครับ 9.รับพัสดุไปรษณีย์ช่องไหนครับ 10. ผมอยากซื้อโปสการ์ด ๒ ใบและแสตมป์ ๑๐ บาท ๕ ดวง 11.ซองจดหมายต้องเขียนชื่อ ที่อยู่และเลขรหัสไปรษณีย์ ของผู้รับและผู้ส่ง

第八课

一、หนาว ชื้น อุ่น อ่อน แย่ลง ดิน สูง ครึ้ม น้อย

二、1.อุณหภูมิ 2.ที่สุด 3.ค่อนข้าง 4.ตั้งแต่ ไปจนถึง 5.เขตอบอุ่น

三、1. เดือนนี้อากาศไม่ค่อยดี 2. ที่กว่างซีหิมะตกไหม 3. ระยะนี้ที่ภาคใต้ อากาศเป็นยังไง 4. เพื่อนเขาท่าจะติดธุระ 5. อุณหภูมิวันนี้ต่ำสุดราวลบ ๕ ถึง ๑๐ องศาเซลเซียส 6. อุณหภูมิกรุงเทพฯ โดยเฉลี่ยในรอบปี ๓๖ องศา 7. น้ำท่วมถนนแล้ว 8. วันนี้อากาศเย็นสบาย 9. ช่วงนี้ฝนตกบ่อย 10. เมื่อวานหิมะตกหนัก 11. อุณหภูมิ เช้าเย็นต่างกันมาก 12. ฤดูหนาวที่ภาคเหนือหนาวมากไหม 13. ฤดูฝนในประเทศไทย เริ่มตั้งแต่เดือนมิถุนายนไปจนถึงเดือนพฤศจิกายน 14. อากาศเปลี่ยนแปลงจะส่งผลกระทบ ต่อการเจริญเติบโตของพืชผล

第九课

一、1.ขายยังไง 2.ละ 3.ทั้งหมด 4.ดีและถูก 5.ของที่ระลึก

二、1.ขอดูรองเท้าคู่นั้น 2.ดิฉันอยากได้กระโปรงสีขาวตัวหนึ่ง 3.ผมไม่มีเงินสด 4.สินค้ายี่ห้อนี้คุณภาพดี 5.ผมซื้อมาใส่เอง 6.สินค้าขายทางอินเทอร์เน็ตมีให้ เลือกมากมาย 7.กางเกงตัวนี้หลวมไปหน่อย 8.ผมชอบสีม่วงมากกว่าสีเขียว 9.เสื้อผ้า ร้านนี้ลดราคาประมาณ ๔๐ เปอร์เซ็นต์ 10.แม่ค้าคนนี้ทอนเงินผิดบ่อยๆ

第十课

一、1.ถูกปาก 2.แต่ละ 3.อิ่ม 4.พริก เผ็ด 5.คู่ คัน

二、1.ขอชาหนึ่งที่ 2.อาหารไทยที่มีชื่อมีอะไรบ้าง 3.คุณชอบอาหารรสอะไร

มากที่สุด 4. ปลาไม่สด   5. รสชาติเป็นยังไง   6. คนไทยกินข้าวด้วยช้อน คนจีนใช้ตะเกียบ
กินข้าว   7. วันนี้ทานอะไรดี   8. ขอสั่งอาหาร   9. ฉันทำกับข้าวเป็นหลายอย่าง   10.
คุณเคยกินต้มยำกุ้งไหมคะ

第十一课

    一、1. เฟอร์นิเจอร์   2. ย้าย   3. พัก   4. เช่า   5. อย่างน้อย   6. ห้องคู่
7. คืน รวม   8. เปิดบริการ   9. จอง   10. กรุณา

    二、1. คุณพักอยู่ที่ไหน   2. ผมขอดูห้องหน่อย   3. ต้องใช้ห้องครัวร่วมกันกี่คน
4. ค่าน้ำเดือนละเท่าไร   5. คุณจองห้องไว้หรือเปล่า   6. ต้องการห้องคู่หรือห้องเดี่ยว
7. โรงแรมนี้เป็นโรงแรมระดับ ๕ ดาว   8. เอาห้องเดี่ยวสองห้อง   9. ขอโทษ
ไม่มีห้องว่าง / เต็มหมดแล้ว   10. ช่วยโทรปลุกผมตอน ๖ โมงเช้า

第十二课

    一、1. เกษียณ   2. กว่า ก็   3. ญาติพี่น้อง   4. กว่า   5. เป็นอะไรกับ

    二、1. ฉันเป็นลูกสาวคนโต   2. น้องชายยังเรียนอยู่   3. พี่ชายของฉันยังโสดอยู่
4. ภรรยาของคุณมาด้วยหรือเปล่า   5. เมื่อก่อนพ่อแม่เป็นกรรมกรทั้งคู่   6.
เขายังไม่อยากจะมีลูก   7. ผมอาศัยอยู่กับพ่อแม่   8. น้องสาวปีนี้อายุ 12 ขวบ   9.
ผมยังไม่ได้แต่งงาน   10. ฉันมีพี่น้องสามคน

第十三课

    一、1. ตื่น   2. รู้สึกง่วงนอน   3. รักษา ให้   4. ทำความสะอาด   5. ทำงานบ้าน

    二、1. ล้างจานให้สะอาดหน่อยนะ   2. มาช่วยฉันทำความสะอาดห้องหน่อย
3. ปกติคุณชอบทำอะไรบ้าง   4. เราถูบ้านก่อนแล้วค่อยจัดข้าวของ   5. เธอยังไม่ได้
ทำความสะอาดห้อง   6. พ่อออกจากบ้านแต่เช้า กลับบ้านดึกทุกวัน   7. ผมลืมเอาหนังสือไปคืน
8. เราควรช่วยกันคิดช่วยกันทำ   9. หลังกินข้าวเย็น ฉันชอบไปเดินเล่น   10. แบ่งงานกันทำ
จะทำให้งานเสร็จเร็วขึ้น

第十四课

    一、1. วันสงกรานต์   2. โดยเฉพาะ   3. สาด   4. ทำด้วย   5. มอบ   ให้

    二、1. เที่ยวสงกรานต์สนุกไหม   2. เคยเที่ยวชมงานเทศกาลโคมไฟไหม
3. คุณห่อบ๊ะจ่างเป็นไหม   4. เทศกาลอะไรเป็นเทศกาลที่สำคัญที่สุดของคนจีน

5. ที่จริงแล้ว พิธีไหว้ในเทศกาลเช็งเม้งจะเรียบง่ายกว่าสมัยก่อน   6. วันเข้าพรรษาเป็น
วันสำคัญทางพุทธศาสนาวันหนึ่งในประเทศไทย   7. ในวันตรุษจีนผู้ใหญ่จะแจกอั่งเปา
ให้เด็ก   8. การรดน้ำเป็นการอวยพรปีใหม่ให้กันและกัน   9. พี่มองอย่างแปลกใจ   10.
เทศกาลตวนอู่เป็นเทศกาลที่ระลึกถึงชวีหยวน